பிருந்தாஜினி

(சிறுகதைத் தொகுப்பு)

D1680369

செந்தமிழினியன்

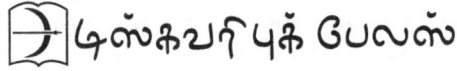

டிஸ்கவரி புக் பேலஸ்

#6, மஹாவீர் காம்ப்ளெக்ஸ், முனுசாமி சாலை,
(பாண்டிச்சேரி கெஸ்ட் ஹவுஸ் அருகில்)
கே.கே.நகர் மேற்கு, சென்னை-600 078.
பேச : 044 48557525, +91 87545 07070

பிருந்தாஜினி
(சிறுகதைகள்)
ஆசிரியர்: **செந்தமிழினியன்**©

PIRUNTHAJINI
Author: Senthamilinian

First Edition: March - 2021
Pages:104
ISBN: 978-93-89857-60-3

Discovery Book Palace (P) Ltd,
6, Mahaveer Complex, Munusamy Salai,
K.K.Nagar West, Chennai - 600 078.
Ph: +91 - 44-4855 7525
Mobile: +91 87545 07070

E-mail: **discoverybookpalace@gmail.com,**
Website: **www.discoverybookpalace.com**

Rs.120

இந்த நூலில் பிரசுரமாகியுள்ள எந்த ஒரு பகுதியையும் பதிப்பாளரின் எழுத்து பூர்வமான முன்அனுமதி பெறாமல் எடுத்தாள்வதோ, மறுபிரசுரம் செய்வதோ, மொழியாக்கம் செய்வதோ, அச்சு மற்றும் மின்னணு ஊடகங்களில் மறுபதிப்பு செய்வதோ, காப்புரிமைச் சட்டப்படி தடை செய்யப்பட்டுள்ளது. இந்த நூலிலிருந்து குறிப்பிட்ட பகுதிகளை மேற்கோள்காட்டி புத்தக விமர்சனம் செய்ய, ஊடகங்களுக்கு மட்டும் அனுமதி உண்டு.

உங்கள் மொபைல் போனிலிருந்து ஸ்கேன் செய்து 'டிஸ்கவரி புக் பேலஸ்' மொபைல் ஆப்பை டவுன்லோடு செய்து, புத்தகங்களை வாங்குங்கள்.

பொருளடக்கம்

1. காசாம்பு — 12
2. சாத்தகி — 28
3. பரஞ்ஜோதி — 38
4. நூர்ஜஹான் — 46
5. இரிசன் — 51
6. கிரிடுகோதாவரி — 59
7. பிருந்தாஜினி — 65
8. துளசி — 73
9. மரிக்கொழுந்து — 77
10. லோ (Low) கொட்டேஷன் லோகநாதன் — 85
11. வணக்கம் — 94

நன்றி:

1. கண்ணன்.எம்.
2. சு.ஆ.வெங்கட சுப்புராய நாயகர்
3. கோவை அன்பரசு
4. வீரமணி
5. சிவக்குமார்

அணிந்துரை

சவாலை சமாளிக்கும் சாமானியர்களின் சரித்திரம்

புனைவு இலக்கிய வகைமைகளுள் சிறுகதைகளுக்கு எப்போதும் தனிச்சிறப்பு உண்டு. சேர்க்க நினைக்கும் செய்தியை தன் இலக்கியப் பிரதி மூலம் வாசகரிடம் விரைவாகவும் எளிமையாகவும் கொண்டு செல்ல தோதானதோர் இணைப்பு ஊடகமாக சிறுகதை அமையும் என்று இலக்கிய படைப்பாளிகள் பலர் கருதுகின்றனர். சிறுகதை என்னும் இலக்கிய வாகனம் வழங்கும் வாய்ப்புகளைத் திறமையாக கையாளத் தெரியும் எழுத்தாளர்களில் புதுச்சேரி செந்தமிழினியனும் ஒருவர் என்பதற்கு அவரது 'பிருந்தாஜினி' என்ற இத்தொகுப்பு சான்று பகர்கிறது.

இச்சிறுகதைத் தொகுப்பில் இடம்பெற்றுள்ள கதைகளில் வரும் கதை மாந்தர்களில் பெரும்பான்மையினர் நடுத்தர வர்க்கத்தினராகவோ அல்லது வறுமைக் கோட்டுக்குக் கீழ்நிலையில் உள்ளவர்களாகவோ அமைகின்றனர். எனினும், விதிவிலக்காக 'பரஞ்சோதி' என்னும் கதை மட்டும் இறைத்தொண்டருக்கும் இறைவனுக்கும் ஏற்பட்ட இக்கட்டை படம்பிடித்துக்காட்டுகிறது. இக்கதை முடிவில் இக்கால சமூகத்தில் நிலவும் அவநம்பிக்கையை கோடிட்டுக்காட்ட செந்தமிழினியன் தவறவில்லை. அதாவது 'அவனன்றி ஓர் அணுவும் அசையாது' என்ற போதிலும் 'அதுவின்றி ஓர் அணுவும் அசையாது' என்ற எதார்த்த நிலையை நினைவூட்டுகிறது இக்கதை.

வாழ்க்கை என்பது சோகங்களால் கட்டமைக்கப்பட்டதாக தோன்றினாலும் அவ்வப்பொழுது தென்படும் சில மகிழ்வான தருணங்களை அனுபவிக்க சிலரால் மட்டுமே முடிகிறது. தவறவிட்ட அத்தருணங்களை நழுவவிட்டு அதன்பின் அவற்றுக்காக வருந்தும் பலரை இச்சமூகம் கொண்டுள்ளது. வாழ்வில் பிறருக்கு உதவ கிடைக்கும் வாய்ப்பும், அத்தகைய வாய்ப்பு கிடைக்கும்போது அதனை சரியான முறையில் பயன்படுத்திக்கொண்டு மகிழ்பவர்கள், தங்களால் உதவி பெறும் மற்றவர்களையும் மகிழ்வுக்குள்ளாக்கி விடுகின்றனர். எனினும் இதுபோன்ற வாய்ப்புகளைத் தட்டிப் பறிக்கும் வேலையை நம் சமூகத்தில் உள்ளவர்கள் சில நேரம் செய்துவிடுகின்றனர். 'காசாம்பு' என்னும் கதையில் கந்தவேல் செய்து வந்த சேவையையும் இவ்வாறே அவனுடைய வீட்டின் அருகில் வசிப்பவர்கள் கெடுத்துவிடுகின்றனர். முதியோர் பாதுகாப்பு மங்கிவரும் இக்காலகட்டத்தில் இக்கதையை வாசிப்பவர்கள் கந்தவேல் போன்றோரின் சேவை மனப்பான்மைக்குத் துணையாக இருக்க முடியாவிட்டாலும் தடையாக இல்லாதவாறு பார்த்துக்கொள்ள வேண்டும்.

'அன்னையும் பிதாவும் முன்னறி தெய்வம்' என்று கற்று வளர்ந்த நாட்டில்தான் தம் பிள்ளைகள் கைவிட்ட நிலையில் "எங்களை அனாதைகள்" என்ற பட்டியலில் சேர்த்து இறுதி சடங்குகள் செய்யுங்கள் என காவல்துறைக்கு கோரிக்கை கடிதம் எழுதி வைத்துவிட்டு, விரக்தி மரணத்தை தழுவிய பெற்றோரின் அவலத்தைச் செய்தித்தாள்களில் தெரிந்துகொள்ள வேண்டிய நிலை உள்ளது. கல்நெஞ்சும் கனியக்கூடியதாக, மாற்ற வேண்டிய சூழலில் கனிந்த கந்தவேலின் நெஞ்சை கல்நெஞ்சமாய் மாற்றிய காரியத்தை அவனைச் சுற்றி இருந்தவர்கள் செய்துவிட்டனர் என்பதை 'காசாம்பு' கதை சுட்டிக்காட்டுகின்றது.

இத்தகைய தயாள குணத்தினைப் போற்றும் மற்றுமொரு கதையும் இத்தொகுப்பில் இடம் பெற்றுள்ளது. 'நூர்ஜகான்' என்னும் அக்கதையில் வரும் கீரைக்காரி மீது சியாமளா காட்டும் பரிவு போற்றத்தக்கதாகும். கீரைகட்டுடன் தன் வாழ்க்கையை நகர்த்த நூர்ஜகான் சுமக்கும் கட்டுக்கட்டான துயரச் சுமைகளைச் சற்றே இறக்கி வைத்து இளைப்பாற

செவி மடுக்கும் சியாமளாவின் பெருந்தன்மை சமூகத்தில் எல்லாருக்கும் வந்துவிடாது. கீரைக்காரியின் குறைகள் அனைத்தையும் அனுசரணையுடன் கேட்பதோடு, அவளது ஏழ்மைநிலையைக் கருத்தில்கொண்டு, வேண்டுமென்றே நூறு ரூபாய் தாளைத் தந்து சில்லறைக்குப் பதில் அவள் விற்கும் கீரை, காய்களை வாங்கிக்கொள்வதாக சியாமளா கூறும்போது கதையின் நோக்கம் நிறைவேறுகிறது. கீரைக்காரியின் தலை மீது கூடையை எடுத்து வைத்து சுமையை ஏற்றுக் கைகொடுக்கும் சியாமளா மறைமுகமாக அவளுடைய வாழ்வின் சுமையை குறைக்க தன்னாலான பங்கினைச் சொற்களாலும், செயல்களாலும் செலுத்தி கை கொடுக்கிறாள்.

இந்த தொகுப்பில் உள்ள கதைகளுக்கு, கதை மாந்தர்களின் பெயரையே சூட்டியிருப்பதற்கான காரணம் கதையை வாசிக்கத் தொடங்கும் போதோ அல்லது முடிக்கும் போதோ விளங்கிவிடுகிறது. புதுச்சேரி வட்டாரப் பெயர்களான மஞ்சினி, காசாம்பு தவிர சாத்தகி, இரிசன், இலாடமுத்து, வணக்கம், கிரிடுகோதாவரி... என வித்தியாசமான பெயர்களையும் தம் கதை மாந்தர்களுக்கு சூட்டி யிருக்கிறார் செந்தமிழினியன். இவற்றில் 'லோலோ' போன்ற காரணப் பெயர்களும் அடங்கும். கதைக்களம் பெரும்பாலும் புதுச்சேரியை சுற்றி அமைந்துள்ளதால் தனக்கு கைவந்த இயல்பான வட்டார வழக்கினையே பயன்படுத்தியிருக்கிறார். "அரமர, பொறட்டிகினு, வந்துகினு" போன்ற புதுச்சேரிக்கேயுரிய "கினு கினு" இசைச் சொற்களும் 'கண்டார ஓழி' போன்ற வசை சொற்களுக்கும் பஞ்சமில்லை. வசை சொற்களும் அன்றாட வாழ்வின் அங்கம்தான் எனினும் 'இனிய உளவாக' என்னும் குறளுக்கு ஏற்ப இயன்றவரை தேவைக்கு அதிகமாக அத்தகைய சொற்கள் இடம்பெறாமல் தவிர்த்தால் பிரதி மேலும் பண்படும். பலதரப்பட்ட வாசகர்களும் முகஞ்சுளிக்காமல் வாசிக்க ஏதுவாக அமையும்.'

பெரும்பான்மையான கதைகளைப்போல் 'பிருந்தாஜினி' என்னும் இத்தொகுப்பின் தலைப்பில் அமைந்த கதையிலும் மனிதாபிமானத்தை வலியுறுத்தும் செய்தியை நூலாசிரியர் வாசகர்களுக்கு தருகிறார். பேச்சுத்திறன் கேட்புத்திறன்

குறைவுடைய பிருந்தாஜினியின் விடாமுயற்சியும், தன்னம்பிக்கையும் வீண்போகாவில்லை. எப்படியும் ஏதாவது ஒரு பணியில் சேர்ந்துவிட வேண்டுமென்று அவள் வேலைத்தேடி அலைகிறாள். பிருந்தாஜினியின் தன்முனைப்பினையும், மனவலிமையையும் பாராட்டி ஒரு கம்பெனி இயக்குநரான அந்த பெண்மணி பிருந்தாஜினிக்கு பணி ஆணையினை வழங்குகிறார். கதையை அத்துடன் முடித்திருக்க வாய்ப்பிருந்தும் கடைசி இருவரிகள் பிரதிக்கு மேலும் வலுசேர்க்கின்றன. 'தன் ஊன்று கோலின் உதவியுடன் அந்த இயக்குநர் எழுந்து சென்றார்' என்று அறியும்போது 'ஊன்றுகோலின் உதவி மதிப்பு ஆகியவற்றை தெரிந்தவர் பிறரின் தேவையினை முழுமையாக உணர்ந்து நடந்துகொண்டுள்ளமை விளங்குகிறது.

பிருந்தாஜினியைப் போன்றே 'துளசி', 'மரிக்கொழுந்து' ஆகிய கதைகளிலும் தமிழ்ச் சமூகத்தில் பெண்களின் கடமைகளையும், அவர்கள் சந்திக்க நேரும் சவால்களையும் எடுத்துரைக்கிறார் நூலாசிரியர். குடும்பபாரத்தைச் சுமக்க வேண்டிய கட்டாயத்தில் பெண்கள் அனுபவிக்கும் துயரங்களைக் காட்சிப்படுத்துகிறார். நூலாசிரியர் செந்தமிழினியனே தேர்ந்த ஒளிப்படக் கலைஞராகவும் இருப்பதால் காட்சிப்படுத்துவதில் அனுபவமும் திறமையும் அவருக்கு கைகொடுக்கின்றன. இதன் மூலம் கதைகளைத் தொய்வின்றி சுமுகமாக நகர்த்திச் செல்கிறார்.

இத்தொகுப்பின் இறுதியில் இடம் பெற்றுள்ள 'வணக்கம்' என்னும் கதை சுத்துக்கேணி ரெட்டியாரின் வீட்டில் வேலை பார்த்துவரும் 'வணக்கம்' என்கிற வித்தியாசமான பெயரையுடைய பெரியவரின் நிலையை விளக்குவதாக அமைகிறது. தன் மகள் குடியிருக்கும் பழுதடைந்த குடிசையின் நிலையைக் கண்டு வருந்தி அவருக்கு அதைவிட மேம்பட்ட நிலையில் வீடு ஒன்றைக் கட்டித்தர வேண்டும் என்னும் எண்ணம் தோன்றவே, ரெட்டியார் வீட்டில் பண உதவியை நாடுகிறார், வணக்கம். ராஜேந்திரசோழன் எழுதிய 'கடன்' என்கிற கதை நினைவுக்கு வரவே, நம்பிக்கையின்றியே இக்கதையை தொடர்ந்து வாசித்தேன். நல்ல வேலையாக செந்தமிழினியனின் புனைவு சுபமாக முடிந்து நிம்மதியளித்தது.

இவரது பெரும்பான்மையான கதைகளில் மையச் சரடாக மாந்தநேயம் தொடர்பான பண்புகள் ஊடாடுவதை உணர முடிகிறது. நம் சமூகத்தில் உள்ள குடும்பச் சூழலில் சாமானிய மக்கள் சந்திக்கும் சவால்களையும், அவற்றை எதிர்கொள்ளும்போது அவர்களுக்குக் கிடைக்கும் பட்டறிவுகளையும் பதிவுசெய்வதாக இத்தொகுப்பின் பல கதைகள் அமைந்துள்ளன. பொழுது போக்கை மட்டுமே இலக்காகக் கொள்ளாமல் வாழ்வின் எதார்த்தங்களையும் மனித மனத்தை மகிழ்விக்கும் எளியவர்களின் உத்திகளையும் எடுத்துரைக்கும் கதைகளைக் கொண்ட இத்தகைய நல்லதொரு சிறுகதைத் தொகுப்பினை வழங்கியுள்ள செந்தமிழினியனைப் பாராட்டுகின்றேன். புதுச்சேரி இலக்கிய உலகிற்கு மேலும் பெருமை சேர்க்கும் வகையில் இன்னும் பல புனைவுகளைப் படைக்க வேண்டுமென்று வாழ்த்தி மகிழ்கிறேன்.

பெருகும் அன்புடன்,
சு.ஆ.வெங்கட சுப்புராய நாயகர்
பிரஞ்சுப் பேராசிரியர்
மொழிபெயர்ப்பாளர்
vengadasouprayanayagar@gmail.com

28.07.2020,
புதுச்சேரி.

என்னுரை

கி.பி. 2020 – உலகையே அச்சுறுத்தி, பல லட்சம் மாந்தர் உயிர்களை பலி கொண்ட தீநுண்மி (கொரோனா) காலத்திலும், இந்நாட்டின் விளிம்புநிலை மக்களின் வாழ்வாதாரங்கள் முழுவதையும் திட்டமிட்டு ஆட்சியாளர்களினால் சுரண்டப்பட்டுக்கொண்டிருக்கிறது. இந்திய வரலாற்றில் இதுவரை இல்லாதபடி வறுமைக் கோட்டின் கீழ் வாழும் மக்களை தீநுண்மியை காரணம் காட்டி 2000 கி.மீ. தொலைவு நடக்க வைத்து, சோறு, தண்ணீர் கிடைக்காமல் சாகடித்த பெருமையை இன்றைக்கு ஆளும் நடுவண் அரசு நிகழ்த்தி உள்ளது.

நாட்டின் பொது சொத்துகளை தனியாருக்கு விற்று பணம் சம்பாதிப்பதையும், ஏழை மக்களின் மீது வரிகளை அதிகமாக சுமத்தி, பிடுங்கி தின்பதை மட்டுமே ஆளுகின்ற பி.ஜே.பி. அரசு தன் தலையாய கடமையாக நாட்டின் பொருளாதார வீழ்ச்சியை பற்றி சிறிதும் கவலை இன்றி இரக்கமற்று செயல்பட்டு வருகின்றது. இதனால் நாடு முழுக்க வேலை இன்மை அதிகரித்துக்கொண்டே செல்கிறது. பகுத்தறிவு அற்ற மக்களை “மணியாட்டுங்கள், விளக்கு பிடியுங்கள், கை தட்டுங்கள்!” என்று ஏமாற்றி மணக்கொடை வாங்குவது போல தீநுண்மி கொடை பெற்று அமைச்சர்களின் வைப்பக கணக்கு அதிகரித்திருப்பதுதான் நடக்கிறது.

பிஜேபி ஆட்சியில் ஈன பார்ப்பனக் கும்பல் மிகவும் தைரியமாக சூழ்ச்சியாகவும் செயல்பட தொடங்கி உள்ளன. தமிழ்நாட்டில் வாழும் மக்கள் படித்து முன்னேற்றம் பெற்றுவிடக் கூடாது என்று கங்கணம் கட்டிக்கொண்டு அடிப்படை கல்வி முறையினை அழிக்கவும், உயர் கல்வி கற்றுவிடக் கூடாது என்பதற்காக நீட்தேர்வு, இடஒதுக்கீடு என பல தடைகற்களை வைத்து மீண்டும் ராஜாஜி சொன்ன குலக்கல்வி முறையினை கொண்டுவர அரும்பாடு

படுகின்றது. வேதனை மிகுந்த கால ஓட்டத்துடன்தான் எனது இந்த 'பிருந்தாஜினி' சிறுகதைத் தொகுப்பு நூலும் உங்கள் கைகளில் வாசிக்க வந்திருக்கின்றது.

எனது அறுபது ஆண்டு கால வாழ்க்கை பயணத்தில் நேரில் சந்தித்த சக மனிதர்களின் வாழ்வியல் பட்டறி வினையே எழுதி இருக்கிறேன். இன்னும் நிறைய பேர்கள் இருக்கிறார்கள் சொல்ல முடியாத சோகங்களை மனதில் சுமந்தபடி, இந்த தொகுப்பு குறித்த தங்கள் கருத்தினை சொல்லுங்கள். குறைகளை திருத்திக்கொள்கின்றேன். நிறைவெனில் மகிழ்வேன்.

என்றும் அன்புடன்,
செந்தமிழினியன்
கைபேசி: 91 9894943494
senthamilinian@gmail.com

காசாம்பு

கந்தவேல், வீட்டிற்குள் நுழைந்ததுமே அவன் மனைவி சுமதி செய்தியைச் சொன்னாள்.

"என்னாங்க, யாரோ ஒங்கம்மாகூட நல்லாப் பழகனவங்களாம். வயசான கெழவி பாவம். நடக்க முடியாம ரெண்டு கையால நவுந்துகிட்டு, ஒரு பிளாஸ்டிக் சாக்கு மூட்டைய கட்டி இழுத்துக்கிட்டு நம்ம வீட்டத் தேடி பக்கத்துத் தெருவுல அலமோதிங் கெடக்குறாங்க! பாக்கவே பாவமா இருக்குங்க. எனக்கு யாரு, என்னான்னு ஒரு வெவரமும் தெரியாதா. அதனால பாத்துட்டு கம்முனு திரும்பி வந்துட்டேன். கொஞ்சம் போயி யாரு எவருன்னு பாருங்க!"

முன்பின் தெரியாத யாரோ ஒரு கிழவிக்கு இவ்வளவு மனமிரங்கிப் பேசும்போது, தன் அம்மாவுக்குச் சிநேகிதம் என்றால் கண்டிப்பாக அவர் யாரென்று நேரில் போய் பார்த்தால் தெரிந்துவிடும் என்று நினைத்தபடி மனைவியிடம்,

"சரி வா, போய் பாக்கலாம்."

இருவரும் பக்கத்து தெருவிற்குப் போனார்கள். அந்தக் கிழவியின் நகர்தலைப் பார்க்கும்போதே மனம் நெகிழ்ந்துபோனது கந்தவேலுக்கு. கிழவி ஒரு அட்டைப் பெட்டியை இரண்டாகக் கிழித்து வைத்திருந்தாள். ஒன்றை எடுத்து உட்கார்ந்தபடியே தனக்கு முன்பாக வைத்த இரண்டு கால்களையும் தூக்கி அதன்மீது அழுத்தமாகப் படிய வைத்து இரண்டு கைகளையும் தரையில் அழுத்தம் கொடுத்து முன்னோக்கி நகர்ந்தாள்.

உடனே பின்னால் திரும்பி ஒரு கையால் அந்த அட்டையை எடுத்து மறுபடியும் தனக்கு முன்னால் நகர்வதற்காக வைத்தாள். பக்கத்தில் இருந்து சிறிய பிளாஸ்டிக் சாக்குப் பையை முன் நகர்த்திவிட்டு, மீண்டும் கைகளை தரையில் ஊன்றி முன்னோக்கி நகர்ந்தாள். தெருவில் விளையாடிக்கொண்டிருந்த சிறுவர்கள் நாலைந்து பேர் கிழவியின் செய்கையைப் பக்கத்தில் வந்து நின்று வேடிக்கை பார்த்தனர். கடைக்குச் சென்று திரும்பிய ஒரு பெண்மணி சிறுவர்களை அதட்டிவிட்டுக் கடந்து போனாள்.

“டேய் பசங்களா. என்னடா வேடிக்க வேண்டிக் கெடக்குது. போங்கடா ஊட்டுக்கு. கெழவி பாவம் நடக்க முடியல. நவுந்துகிட்டு கெடக்குது. அதப்போய் ஈ மொய்க்கிறா மாதிரி மொச்சிங்கிடங்கிறீங்களே! போங்க. போங்க.”

கந்தவேல் கிழவியை நெருங்கி வந்ததுமே அடையாளம் புலப்பட்டுவிட்டது. தன்னோட நண்பன் சின்னத்துரையின் அத்தை காசாம்புதான் என்று. இங்கே எப்படி வந்தாங்க? இந்த நெலமையில யாரு கொண்டு வந்து விட்டாங்க. ஒன்னும் புரியலையே? என்கிற குழப்பத்தோடவே அவன் கிழவியின் அருகில் உட்கார்ந்து அவளது பரிதாப நிலைமையை உற்று நோக்கினான். ஏதோ சொல்ல முடியாத ஒரு மாதிரி நாற்றம் வீசியது கிழவி மீது. முகம் முழுக்க அழுக்கேறி தலைமுடி பிச்சிப்போட்ட தேங்கா மட்டைபோல் இருந்தது. இடுப்பில் சுற்றியப் புடவை அலங்கோலமாய் இருந்தது. மெல்ல பேச்சுக் கொடுத்தான்.

“ஏம்மா என்ன யாருன்னு அடையாளம் தெரியுதா?” கிழவி கண்களைச் சுருக்கி உற்றுப் பார்த்துக் கேட்டாள்.

“ஆரு..? ஆருப்பா நீ. எனக்கு ஒன்னும் புரியலையே!”

அதற்குள் பக்கத்தில் நின்றுகொண்டிருந்த சுமதி குறுக்கிட்டுப் பேசினாள்.

“ஏம்பாட்டி, நீதான முதலியார் ஊட்டம்மா, அம்சவேணி அவுங்களுக்கு மூணு பசங்க, அவுரு ஆலையில என் தம்பிகூட வேல பாத்தாருன்னு சொன்னீங்க. இவருதான் அம்சவேணியோட மூத்தபுள்ள,” என்றாள்.

கிழவியின் முகத்தில் சின்னதாகத் தெம்பு வந்ததுபோல் ஆனது.

“இன்னாது... அம்சவேணி மவனா நீ! என்ன அடையாளம் தெரியுதா கண்ணு. நான்தான் காசாம்பு. ஒன் பிரண்டோட அத்த. எங்க அண்ணன்கூட ஒங்க வீட்டுக்கு எதுத்தாப்புல அஞ்சாறு வருஷம் குடியிருந்துட்டுக் காலிப் பண்ணிக்கிட்டுப் போச்சே அந்தக் கொமரேசன் தங்கச்சிதான்பா நானு... இப்போ அடையாளம் தெரியுதாப்பா.”

“ம்.... தெரியிது. ஆமா நீங்க எப்படிம்மா இந்த நெலமை யில இங்க வந்தீங்க? யாரு ஒங்கள கொண்டாந்து உட்டுட்டுப் போனாங்க? கொஞ்சம்கூட மனசாட்சியே இல்லாம.”

“அய்யா ராசா! எங்கண்ணு. எல்லாத்தையும் வெவரமா அப்புறமா சொல்றேம்பா. மொதல்ல என்ன உன் ஊட்டுக்குக் கூட்டிக்கினு போய்யா. ஒடம்பெல்லாம் நோவுது. ரெண்டு நாளா குளிக்காம ஒடம்புல அங்கங்க அரிக்குது. பசியில காதடப்பா இருக்குது. ஒன்ன கையெடுத்துக் கும்பிடுறன் சாமி.” என்று சொன்ன கிழவி கை கூப்பினாள். கந்தவேலுவுக்கு மேற்கொண்டு பேச தோன்றவில்லை. சுமதியிடம் கிழவி கொண்டுவந்தவைகளை எடுத்துக்கொண்டு வரும்படி சொல்லிவிட்டுக் கிழவியை அப்படியே இரண்டு கைகளாலும் வாரி எடுத்துக்கொண்டு வீட்டை நோக்கி நடந்தான். கிழவி புலம்பினாள்.

“இந்தக் கெழவியால ஒனக்கு எவ்வளவு கஷ்டம்” பதில் எதுவும் பேசாமல் வீட்டின் முன் பக்கம் வண்டிகள் நிறுத்த போடப்பட்டிருந்த சிமெண்ட் கூரையின் கீழே இறக்கி உட்கார வைத்தான்.

கிழவி “அய்யோ... அய்யோ... அம்மாடி” என்று முனங்கினாள். கந்தவேலுவுக்கு மூச்சு இரைத்தது. கைகளும் லேசாக வலித்தது. சுமதி பிளாஸ்டிக் சாக்குப்பை மட்டும் எடுத்து வந்தாள். அட்டைகளில் நாற்றம் தாங்க முடியவில்லை, தூக்கிப் போட்டுவிட்டேன் என்று சொன்னாள்.

“சரி சுமதி. அந்த அம்மாளுக்கு மொதல்ல டீ போட்டுக் குடு. அப்பறமா தோட்டத்துக்கு அனுப்பி குளிக்க வை. அந்த அம்மாவோட பொடவைய தூக்கி கெடாசிட்டு ஒன்னோட பழைய பொடவையில எதையாச்சும் ஒன்ன எடுத்து அந்தம்மா கட்டிக்க குடு. நான் கொஞ்சம் வெளிய போயிட்டு வர்றேன்.”

“அத நான் பாத்துக்குறேன். நீங்க உங்க சட்டைய கழட்டி போட்டுட்டு வேற சட்டைய போட்டுக்கிட்டுப் போங்க.”

அப்போதுதான் கந்தவேல் தன் சட்டையில் இருந்த மலக்கறையைப் பார்த்து முகம் சுளித்தான். மேற்கொண்டு எதுவும் பேசாமல் வீட்டிற்குள் சென்று சட்டையைக் கழற்றிப்போட்டுவிட்டு, தண்ணீரில் முகம், கை, கால் கழுவிக் கொண்டு வேறு சட்டை எடுத்துப் போட்டுக் கொண்டு வெளியே கிளம்பினான்.

இரவு பதினொரு மணிக்கு கந்தவேல் வீட்டிற்குத் திரும்பி வந்தான். வெட்டிப்போட்ட வெத்தலவள்ளிக் கொடி போல காசாம்பு கிழவி துவண்டு போய் கை கால்களை மடக்கிக் கொண்டு சுருண்டு படுத்துக்கிடந்தாள். கொசுக்கடியைக் கூட பொருட்படுத்தாமல் ஆழ்ந்த உறக்கத்தில் இருந்ததைப் பார்க்க மனம் பொறுக்காமல் வீட்டுக்குள்ளிருந்து ஒரு பழைய போர்வையை எடுத்து வந்து கிழவியின் மீது போர்த்தி விட்டான். சுமதி கிழவியிடம் கேட்டறிந்த செய்திகளைச் சொல்லி மிகவும் வருத்தப்பட்டாள். கந்தவேல் "ம்... சரி" என்றவாறே குளித்துவிட்டு வந்து சாப்பிட்டான். தாகூர் கலைக்கல்லூரியில் படிக்கும் மகனும், +2 படிக்கும் மகளும் ஆளுக்கொரு பக்கமாகப் படுத்துத் தூங்கிக்கொண்டிருந்தார்கள். வேலையெல்லாம் முடித்துக்கொண்டு படுக்கைக்குப் போகும்போது சுமதி தயக்கத்துடன் அந்தக் கேள்வியைக் கேட்டாள்.

"ஏங்க... இந்தப் பாட்டி இனிமே இங்கதான் இருக்கப் போறாங்களா?"

"இது என்னடி கேள்வி. அவுங்க என்ன நமக்குச் சொந்தமா? பந்தமா? அவுங்க அண்ணன் நம்ம தெருவுல குடியிருந்தப்போ, இந்தம்மா அங்க அடிக்கடி வரப்போவ இருக்கக்குள்ள எங்கம்மாகூட பேச்சுவார்த்த பழக்கமே ஓழிய வேறு எதுவும் கெடையாது. இப்போ இந்தம்மாவுக்கு நடக்க புடிக்க முடியல. யாரு வச்சிக்கினு கஷ்டப்படறதுன்னு தொரத்தி அடிச்சிருப்பாங்க. போற எடம் தெரியாம எங்கம்மா பேர சொல்லி பொலம்பி இருக்காங்க. நீதான எங்கிட்ட சொன்ன! ரெண்டு நாள் வச்சிருந்துட்டு, அவுங்க சொந்தக்காரங்க வீட்டுலேயே கொண்டு போய் உட்டுட வேண்டியதுதான்."

"ஆமாங்க. நல்லா சொன்னீங்க. நா பயந்தே போயிட்டேன்."

“சரி... சரி... நானு காலையில வேலைக்குப் போவணும். வெளக்க நிறுத்திட்டு வந்து படு.” என்று மனைவியிடம் சொல்லிவிட்டுக் கட்டிலில் சாய்ந்தான்.

காசாம்பு கிழவி நெற்றி நிறைய விபூதி பட்டையைப் போட்டுக்கொண்டு, அழுக்கேறிப் போன பழைய மூக்குக் கண்ணாடி மாட்டிக்கொண்டு, வாயில் வெற்றிலையைக் குதப்பியபடி, இரண்டு கால்களையும் நீட்டிப்போட்டு உட்கார்ந்திருந்தாள். யாருடனோ பேசிக் கொண்டிருக்கும் சத்தம் கேட்டுக் கந்தவேல் வீட்டிற்குள் இருந்து வெளியில் வந்து பார்த்தான். வெளிவராண்டா படியில் நான்கைந்து காக்கைகள் உட்கார்ந்து கிழவியைப் பார்த்து கா... கா... கா... என்று கத்திக்கொண்டிருந்தன.

“இப்போ எதுவும் இல்ல. எல்லாம் போயிட்டு அப்பறமா வாங்க, போங்க.” என்றாள்.

காக்கைகள் மறுபடியும் கத்தின. கிழவியின் அருகில் வந்து உட்கார்ந்தான் கந்தவேல். இவனைக் கண்டதும் காக்கைகள் திசைக்கொன்றாகப் பறந்தோடின.

“என்னம்மா காக்காங்களோட எல்லாம் பேசிக்கினு இருக்கிறீங்க?”

“அதெல்லாம் நம்ப முன்னோர்கள் தம்பி. ஏதோ, நாம போற காலத்துக்குப் புண்ணியமா போவட்டுமேன்னுதான் ஏதோ நம்ம கையில கெடைச்சத ஒரு வா போட்டுட்டுச் சாப்புடறத பழக்கமா வச்சிருக்கேன் தம்பி. ஆமா எங்கப்பா ஓங்கம்மாவ காணோம்? மவ ஊட்டுக்குப் போயிருக்குதா? இல்ல வெளியூருக்கு எங்கனாச்சும் போயிருக்குதா?”

அந்தக் கேள்வியைக் கேட்டதும் அவன் மனதுக்குச் சற்று சங்கடமாகப் போனது. இருந்தும் தலைகுனிந்தபடி சொன்னான்.

“அம்மா தவறிட்டாங்கம்மா. ரெண்டு வருஷமாச்சி.”

“இன்னாது அம்சவேணி செத்துப் போயிட்டாளா? எப்படிப்பா?”

அதிர்ச்சியடைந்துபோய் ஆவேசமாகக் குரல் எழுப்பிக் கேட்டாள் கிழவி.

“சக்கரவியாதி”

“புண்ணியவதி பொழுதோட போயி சேந்துட்டா! பாழும் தெய்வங்களுக்குக் கண்ணில்லையே? என்னை ஏன் இன்னும் வச்சிருக்குது கடவுளு? நடக்க புடிக்க முடியாம, ஒருவேள ஒக்காறவச்சி கஞ்சி ஊத்த ஆளில்லாம, லோல் பட்டு, லொங்கழிஞ்சி, சீமிச்சிங்கெடக்கிறனே என்ன கொண்டுக்கினு போவ கூடாதா?” என்று சொல்லிவிட்டு அழுதாள். கண்களில் நீர் மளமளவென்று வழிந்தது. தேம்பித் தேம்பி கிழவி அழுவதைக் கண்டு கந்தவேல் தேற்றிவிட்டு ஆறுதலாகப் பேசினான்.

“அழாதம்மா. கண்ண தொடச்சிக்கோங்க. யார் யாருக்கு இன்னா பிராப்தமோ அதான் நடக்கும். நம்ம கையில ஒன்னும் கெடையாதும்மா!”

கண்களை முந்தானையால் துடைத்துவிட்டு, “என் நெலம வேறு யாருக்கும் வரக்கூடாதுப்பா. அண்ணன் புள்ளைங்கள ஆளாக்கி உட்டன். தம்பி குடும்பத்துக்கு எவ்வளவோ செஞ் சேன். இந்த ஜென்மத்த இவுங்களுக்கெல்லாம் செருப்பா தேஞ்சேன். இப்போ கடைசி காலத்துல என்னால எதுவும் முடியலங்கறப்போ, இதுங்களுக்கெல்லாம் நான் தொந்தரவாப் போயிட்டன். எங்கப் போனாலும் தொரத்தி அடிக்கிதுங்க. இதுங்கெல்லாம் நல்ல கதிக்கே போவாதுங்க பாரேன். நானு வயிறெரிஞ்சி சொல்றேன்.”

“சரிம்மா... அதெல்லாம் உடுங்க. இனிமேட்டு என்ன பண்றது?”

சட்டென்று எதிர்பாராத நிமிடத்தில் கிழவி கந்தவேலின் இரு கால்களையும் பிடித்துக்கொண்டு கெஞ்சினாள்.

“ஒனக்கும் ஓம் புள்ளைங்களுக்கும் புண்ணியமா போவட்டும் தம்பி. ஒரு பத்து நாளைக்கு இங்க தங்கிட்டுப் போயிடறன். என்னோட சாப்பாட்டுக்குன்னு நீ கஷ்டப்பட வேணாம்பா. நீ குடிக்கிற, கஞ்சோ கூழோ குடுத்தியின்னா அதுவே போதும். கை செலவுக்குப் பணம் எதுவும் வேணும்னா கேளு. குடுக்குறன். நிர்க்கதியா அம்போன்னு நிக்கிறேன். இப்போ நீயும் என்ன தொரத்தி அடிச்சா எங்க போவன்? ஏதாவது கொளம் குட்ட தேடிப் போய் விழுந்து சாவ வேண்டியதுதான். இந்த நொண்டிக் கிழவி மேல கொஞ்சம் எரக்கம் காட்டுப்பா. பத்து

நாளுக்கப்பறமா ஒனக்கு இன்னா மனசுல படுதோ அப்படியே செஞ்சிக்கப்பா. ஒன் காலப்புடிச்சி கேட்டுக்கிறேன். ஒங்கம்மாவ மாதிரி நெனைச்சி எம்மேல கருண காட்டுத் தம்பி...”

கிழவி கெஞ்சியதைக் கேட்டு மனம் இளகிப்போனான். தன் கால்களைப் பிடித்திருந்த கிழவியின் கைகளை விலக்கிவிட்டான். இதை வீட்டிற்குள் இருந்து கவனித்த சுமதி அருகில் வந்தாள்.

“என்னங்க. பாட்டி ரொம்ப பாவங்க. அதான் கஷ்டப் படறேன்னு சொல்றாங்க இல்ல. பத்துநாள் இருந்துட்டுத்தான் போவட்டுமே! உங்களுக்குத்தான் எல்லாருக்கும் ஒதவுர மனசாச்சே. பாட்டிய இருக்க சொல்லுங்க. பாத்துக்கலாம்” என்றாள்.

“ம்... நீயே சொல்லிட்ட அப்பறம் நான் சொல்ல என்ன இருக்கு? பின்னாடி எங்கிட்ட வருத்தப்படக்கூடாது ஆமா. இப்பவே சொல்லிட்டேன் சரியா.”

“சரிங்க.”

“அப்போ சரிம்மா. இருங்க, பாத்துக்கலாம்.” என்று சொல்லிவிட்டு எழுந்தான். காசாம்பு கிழவிக்குச் சற்று ஆறுதலாக இருந்தது.

கம்யூனிஸ்டு கட்சியின் சார்பில் சுப்பையா தலைமையில் பிரெஞ்சுக்காரர்களுக்கு எதிரான சுதந்திரப் போராட்டத்தைத் தீவிரப்படுத்தி இருந்தபோது தன் அண்ணன்கள் இருவரும் கட்சியில் தொண்டர்களாக இருந்து செயல்பட்டு வந்ததைக் கண்டு தானும் கட்சியில் சேர்ந்து அப்போது செயல்படத் தொடங்கினார். சுப்பையாவிடம் நன்மதிப்பையும் பெற்றார். அதன் விளைவாகச் சுதந்திரமடைந்த பின்னர் தியாகிகளுக்குப் பென்ஷன் வழங்கத் தொடங்கிய சமயத்தில் காசாம்புவையும் அந்தப் பட்டியலில் சேர்த்துப் பென்ஷன் கிடைக்க ஏற்பாடு செய்துவிட்டார் சுப்பையா. வருமானத்திற்கு வழி கிடைத்ததும் எவரையும் மதிக்காமல் தனியே வீடு எடுத்துச் சமைத்துச் சாப்பிட்டுக் காலத்தைக் கடத்தி வந்த காசாம்புக்கு வயதாகிக் கால்கள் இரண்டும் துவண்டு போனபின், அடுத்தவர் உதவியை நாடவேண்டிய சூழ்நிலை உருவானதும் உறவுக்காரர்களைத்

தேடிப்போக ஆரம்பிக்க, எவரும் காசாம்புவின் மீது துளிகூட இரக்கம் காட்டாமல் துரத்தி அடிப்பதிலேயே குறியாக இருந்தார்கள். கையில் கொஞ்சம் காசு இருந்தும் ஒருவாய் சோத்துக்கும், உட்கார ஒரு நிலையான இடமும் கிடைக்காமல் கிழவி தாமரை இலைமேல் தத்தளிக்கும் நீர்த்துளி போல அல்லாடினாள். காந்திநகர் போனால் பழக்கப்பட்டவர்கள் நிறைய பேர்கள் இருப்பார்கள். யாராவது பார்த்துகொள்ளட்டும் என்று ஆட்டோவில் ஏற்றிக் கொண்டு வந்து யாரோ இறக்கிவிட்டுப் போய்விட்டார்கள்.

கிழவிக்கு விருப்பமானதெல்லாம் சுமதி செய்து தந்தாள். காராசேவு, காராபூந்தி, மிச்சர் எனக் கடையில் வாங்கி வந்து கொடுத்தாள். அதை மதிய சாப்பாட்டுக்கு முன்பு காக்காய்களை அழைத்து அதற்குப் போட்டு வந்தாள் காசாம்பு. எல்லாவற்றிற்கும் முறையாகக் கணக்குப் பண்ணி காசை சுமதியிடமே கொடுத்து வந்தாள். சுமதிக்குக் காசாம்பு கிழவியின் மீது அனுதாபம் உண்டானது. நடுநிசியில் எழுந்து உட்கார்ந்து கொண்டு உரலில் “டொங்... டொங்” என்று சத்தமாக வீட்டுக்குள்ளிருப்பவர்களின் உறக்கத்தைக் கலைக்ககூடியதாக வெற்றிலை பாக்கு இடித்தவாறே, தன்னிலைமையைப் பற்றியும், உறவுக்காரர்களின் செயல்பாடுகளை பற்றியும் தனக்குத் தானே சத்தமாகப் பேசிக் கொண்டிருப்பது வீட்டில் அனைவருக்கும் எரிச்சலாக இருந்தது. சுமதி தினமும் இரவு ஒரு சிறிய வாளியில் தண்ணீரும், ஒரு மக்கும் கொண்டு வந்து, தெருவில் சைடு வாய்க்கால் பக்கத்தில் வைத்து விடுவாள். கிழவி இரவில் சிறுநீர் கழிக்கும்போது பயன்படுத்திக் கொள்வதற்காக. கொஞ்ச நாளில் அதுவும் பிரச்சனையை உண்டாக்கியது. பக்கத்து வீட்டுக்காரம்மா சுமதியிடம் சண்டை போடாமல் சொன்னாள்.

“இங்க பாரு சுமதி. நாமெல்லாம் ஒன்னா தாயா புள்ளையா பழகிகிட்டு வர்றோம். இதுவரைக்கும் எந்தப் பிரச்சனையும் இல்லாம இருந்துட்டோம். இப்போ பாத்தியின்னா பத்துப் பாஞ்சி நாளா காலை எழுந்து வாசல்ல தண்ணி தெளிக்க வந்தா ஒரே மூத்தரக் கவுல் அடிக்குது. தெனமும் அர பாட்டுலு பெனாயில் போட்டாதான் நாத்தம் போவுது. நான் ஒம்மேல குத்தச் சொல்லல. உங்க ஊட்டுக்காரருக்குத் தெரிஞ் சவங்கன்னு யாரோ ஒரு கெழவிய கூட்டியாந்து வச்சிருக்கீங்களே. அவுங்களாலதான்னு தெரியுது. பாவம் நொண்டிக்கிழவி என்ன

பண்ணமுடியும்? ஆமா உங்க ஊட்டுக்காரருக்குச் சொந்தமா, பந்தமா? எதுக்கு வீட்டுல கூட்டியாந்து வச்சிக்கிட்டுக் கஷ்டப்படுறாரு? ஒன்னையும் கஷ்டப்படுத்துறாரு. எங்கனாச்சும் முதியோர் இல்லத்திலயாவது, இல்ல அவுங்கச் சொந்தக்காரங்க வீட்டுலயாவது கொண்டுட்டுப் போயி விடவேண்டியதுதானே! ஏதாவது எக்குத் தப்பு நடந்துட்டா யாரு கை கட்டிக்கினு பதில் சொல்றது. இதெல்லாம் நமக்குத் தேவையா சுமதி? ஒங்க வீட்டுக்காரருக்கு எடுத்துச் சொல்லி, கெழவிய எங்கனாச்சும் கொண்டு போயி விட்டுட்டு வரச்சொல்லு. புரியுதா? எல்லாம் ஒன்னோட நன்மைக்குத்தான் சொல்றேன்."

இது நடந்த இரண்டாம் நாள் பிற்பகல் சுமதி எதிர் வீட்டு வாசலில் உட்கார்ந்து பேசிக்கொண்டிருக்கையில், மாடியில் குடியிருக்கும் LIC ஏஜென்டின் மனைவி அருகில் வந்து அமர்ந்து பேச ஆரம்பித்தாள்.

"மார்க்கெட்டுல வெங்காயம், தக்காளி இன்னா இந்த வெல விக்குதே. நாளுக்கு நாளு வெலவாசி கூடுதே ஒழிய கொறைய மாட்டேங்குது."

"ஆமாங்கா. கடத்தெருவுல போயி எதக் கேட்டாலும் யானவெல, குதுரவெல சொல்லறாங்கக்கா" என்றாள் சுமதி.

"ம்... உனக்கென்னடியம்மா கொறைச்சல். ஒங்க ஊட்டுக்காரு கவர்மெண்டு உத்தியோகத்துல இருக்காரு. வீட்டுக்குத் தேவையானது முழுசா மாசம் பொறந்ததும் வாங்கியாந்து போட்டுடுறாரு. பத்தாத கொறைக்கு இப்பத்தான் ஊட்டுல ஒரு கெழவிய தூக்கியாந்து வச்சிருக்கீங்க! அதுதான் அப்பப்போ சுருக்குப் பையை அவுத்து நூறு ரூவா நோட்டா எடுத்து ஒன் கையில குடுக்குறத நான் மாடியிலிருந்து பாத்துக்கினே இருக்கிறனே! எங்களுக்கு அப்படி யாரு இருக்கா? விருந்தாளியா வந்தா கூட எல்லா செலவும் நாங்களே பாக்கவேண்டி இருக்குது. நீ ஒரு வகையில குடுத்துவச்சவதான். அது அதுக்கு ஒரு அம்சம் வேணும். என்ன பண்றது?" என்று சொல்லி பெருமூச்சு விட்டாள்.

சுமதிக்கு ஆத்திரம் பொங்கிக்கொண்டு வந்தது. இருந்தும் அடக்கிக் கொண்டு பழகிய காரணத்தால், "நான் வரேன்கா... பாத்திரங்கள கழுவணும்." என்று சொல்லிவிட்டு எழுந்து சட்டென்று வீட்டிற்குள் வந்தாள்.

“ச்சே… இன்னா மனுஷங்க. யார் வீட்டுல இன்னா நடக்குது, ஏது நடக்குதுன்னு வேவு பாக்கறதையே வேலையா வச்சிருக்கிட்டு, அத குத்திக்காட்டி பேசுதுங்களே இதுங்கெல்லாம் இன்னா ஜென்மம்?” என்று மனதுக்குள்ளாகவே கேட்டுப் புழுங்கினாள். அழவேண்டும் போல் இருந்தது.

“பாப்பா… பாப்பா… இங்க செத்த வாயேன். உங்கிட்ட ஒன்னு சொல்லணும்.”

காசாம்பு கிழவியின் குரலைக் கேட்டு, மெல்ல பக்கத்தில் வந்து நின்றாள்.

“இன்னா பாட்டி, எதுக்குக் கூப்பிட்ட?”

“நாளைக்கு ஞாயித்துக் கெழமதானே? நாளைக்குத் தம்பியும், புள்ளைங்களும் ஊட்டத்தானே இருப்பாங்க?”

“ஆமா, அதுக்கென்ன?”

தனது சுருக்குப் பையைத் திறந்து நூறு ரூபாய் நோட்டு ஒன்றை எடுத்து சுமதியிடம் நீட்டி “தேங்காப்பால் செஞ்சி ஆப்பம் போட்டுக்குடும்மா. சாப்புட்டு வருஷக்கணக்கா ஆச்சி. எனக்குச் செஞ்சிக்குடுக்க ஒன்னவுட்டா யாரு இருக்கா? இனிமே கெடைக்குமோ கெடைக்காதோ. அந்த ஆண்டவனுக்குத்தான் வெளிச்சம். இன்னும் எத்தன நாளைக்கு இங்க இருப்பன்னு தெரியல. தம்பிக்கு எம்மேல வெறுப்பு வந்துடுச்சின்னா எங்கனாச்சும் கொண்டுட்டுப் போயி உட்டுடும். அப்பறம் நானு யார கேக்கப் போறே சொல்லும்மா? ஒனக்குப் புண்ணியமாப் போகும். மகராசிய இருப்ப. இத வாங்கிக்கம்மா… தயங்காத பாப்பா.”

கிழவியின் முகத்தில் தெரிந்த சோகம் சுமதிக்குப் பாவமாக இருந்தது. குனிந்து ரூபாய் நோட்டை வாங்கும்போது அவளையும் அறியாமல் விழிகள் எதிர்வீட்டை நோக்கின. கழுகுகள் போன்று இங்கே நடப்பதைக் கவனித்துக் கொண்டிருந்தார்கள் எதிர்வீட்டுக்காரியும், மாடி வீட்டுக்காரியும். சுமதிக்கு அவர்கள் மீது எரிச்சல் உண்டாக நிமிர்ந்து, “கவலப்படாதீங்க பாட்டி. நான் செஞ்சித் தர்றேன்“ என்றாள்.

இரண்டு மாதங்கள் முழுதாக ஓடிவிட்டது காசாம்பு வந்து. பக்கத்து வீட்டுக்காரம்மா வாரத்தில் இரண்டு, மூன்று

நாட்கள் சுமதியை ‘மூத்திரக்கவுல் அடிக்கிறது. தேவையில்லாத வேலையெல்லாம் செய்கிறீர்கள்’ என்று சொல்லி சாக்கிட்டுத் திட்டத் தொடங்கிவிட்டாள். எதிர்வீட்டுக்காரிகள் சுமதி கிழவியை ஏமாற்றிப் பணம் பிடுங்கித் தின்று கொழுப்பதாக தெருவில் உள்ளவர்களிடம் ‘டமாரம்’ அடிக்கத் தொடங்கிவிட்டார்கள். இதனால் சுமதி தெருவில் எவருடனும் பேசக்கூட முடியாமல் அவமானப்பட்டுப் போனாள். இதற்கு ஒரே தீர்வு கிழவியை வீட்டை விட்டு வெளியே அனுப்புவதுதான் என்கிற முடிவுக்கு வந்தாள். இன்று இரவு படுக்கப்போவதற்கு முன் எப்படியும் கணவனிடம் பேசிவிட வேண்டுமென்று உறுதியாக இருந்தாள். அதற்கான நேரம் மதிய உணவுக்குப் பிறகு கிடைத்தது.

“என்னங்க உங்கக் கிட்ட முக்கியமான ஒரு விஷயம் பேசணும். எம்மேல கோவிச்சிக்க மாட்டீங்களே.”

முதுகுக்குத் தலையணை வைத்து, சுவற்றில் சாய்ந்து கண்ணாடி மாட்டிக்கொண்டு, நாவல் படித்துக் கொண்டிருந்த கந்தவேல், புத்தகத்தை மூடி வைத்துவிட்டு, கண்ணாடியைக் கழற்றியபடி சுமதியைப் பார்த்துப் புன்முறுவலுடன் கேட்டான்.

“என்ன சொல்லப் போற நானு கோவிச்சிக்கற மாதிரி, சொல்லு?”

“நீங்க சொன்னீங்கங்கற ஒரே காரணத்துக்காகத்தான் அந்தப் பாட்டிக்கு வேணுங்கறதெல்லாம் செஞ்சிப் போட்டேன். அதுவும் ஒன்னும் சும்மா செய்யல. அந்தப் பாட்டி எல்லாத்துக்கும் காசு குடுத்தது. ஒடல் ஒழைப்பு மட்டும்தான் எனக்கு. இதப்போய் தெருவுல இருக்குறவங்க ரொம்ப தப்பா கத கட்டிப் பேசுறாங்க! நானு என்னமோ அந்தக் கெழவிய ஏமாத்திப் பணத்தை யெல்லாம் புடுங்கிக்கிறேன்னு, வாய்க்கு வந்தபடியெல்லாம் மத்தவங்ககிட்ட கோல் சொல்லிக்கிட்டு என்ன ஏளனமா பாக்குறாங்க. ரொம்ப அவமானமா இருக்கு. பக்கத்து வீட்டுக்காரம்மா வாசல்ல வந்து அடிக்கடி திட்டிட்டுப் போறாங்க. இதையெல்லாம் கேக்கணும்னு எனக்கு என்ன தலையெழுத்தாங்க? பேசாம அந்தப் பாட்டிய கொண்டு போயி முதியோர் இல்லத்திலயாவது, வேற சொந்தக்காரங்க யாராவது ஏத்துக்கறா மாதிரி இருந்தா அவுங்க வீட்டுல கொண்டு போயி உட்டுட்டு வந்துடுங்க! அப்பத்தான் எனக்கு நிம்மதி. நீங்க எம்மேல கோபப்பட்டாலும் சரி. அடிச்சாலும் சரி. எம் முடிவ

நானு மாத்திக்கற மாதிரி இல்லிங்க.” என்று சொல்லிவிட்டு அழுதாள். கண்களில் நீர் மளமளவெனக் கொட்டியது.

“அழாதடி சுமதி. கண்ணத் தொடச்சிக்கோ. இப்படியெல்லாம் நடக்கும்னு முன்னமே தெரியும். நீ இவ்வளவு சமாளிச்சதே பெரிய விஷயம்தான். வயசானவங்கள கவனிச்சிக்கிறது என்கிறது ரொம்ப ரொம்ப பக்குவமான, பொறுமசாலியான ஆளுங்களுக்குத்தான் சரிபட்டு வரும். நானு எங்கம்மா படுக்கையில வச்சிக்கிட்டு எவ்வளவு பாடு எடுத்திருப்பேன் தெரியுமா? பாவம் இந்தம்மா நடக்க முடியாம நவுந்து நவுந்து போயி குளிக்கிறதுக்கும், கக்கூசுக்கும் போயிட்டு வரக்குள்ள எனக்கு எப்படி இருக்குத் தெரியுமா. அந்தச் சோகத்த சொல்லி மாளாது. எத்தன தடவ நீ இல்லாதபோது வீட்டுக்குள்ளார தரையில அந்தம்மாவோட மலக்கறைகள தண்ணி ஊத்திக் கழுவி விட்டிருக்கேன் தெரியுமா? நம்ம பசங்க எப்பவோ எங்கிட்ட இந்தக் கேள்விய கேட்டுட்டாங்க. ‘ஏம்பா உங்களுக்கு வேண்டாதவேலயெல்லாம். யாரோ ஆயாவுக்குப் பழக்கமான ஒரு நொண்டிக் கிழவிய கூட்டியாந்து ஊட்ட நாறடிக்கிறீங்க. எங்கனாச்சும் மூட்ட கட்டிக்கினு போயி ஏரியிலயோ, கொளத்துலயோ போட்டுட்டு வந்துடுங்க. யாரு தேடப்போறா. சனியன் நடுராத்திரியில லொட்டு லொட்டுன்னு வெத்தல பாக்கு இடிக்கிறதும், தொணத் தொணன்னு பேசி உயிரெடுக்கிறதும். வம்ப வலிய ஊட்டுக்குக் கூட்டியாந்து வச்சிருக்கீங்கப்பா! என்ன படிச்சீங்களோ? பாவம், பரிதாபம் பாத்துக்கிட்டு. உங்களால எங்க நிம்மதிப் போச்சு கொஞ்சநாளா’ன்னு சொல்லிட்டாங்க.

நானும் அந்தம்மாவோட அண்ண பசங்கக்கிட்ட போயி பேசி பார்த்தேன். எவனும் இவங்கள வச்சிக்கிறா மாதிரி இல்ல... கடைசியா ஒருத்தவங்கள விசாரிச்சப்போ, அரியாங்குப்பத்துல சொந்தக்காரப் பொண்ணு இருக்குதாம். குடும்பத்துல கஷ்டம். இவுங்கள விட்டா பாத்துக்குவாங்கன்னு சொன்னாங்க. நானும் நாள கழிச்சி மறுநாள் அந்தம்மாவக் கொண்டு போயி அங்க விட்டுடலாம்னு முடிவெடுத்து வச்சிருந்தேன். நீயும் அந்தம்மாவ எங்கனாச்சும் கொண்டுபோயி உட்டுடுங்கன்னு இன்னக்கிச் சொல்லிட்ட. சரி... அப்படியே செஞ்சிடலாம் சுமதி.”

“நல்ல முடிவு எடுத்தீங்க. எனக்கு இப்பத்தான் மனசு கொஞ்சம் நிம்மதியாச்சி” என்று சொல்லிவிட்டு வாசலில் கிழவி இருந்த

திசையைப் பார்த்தாள். கிழவி சுருண்டு படுத்து அயர்ந்து தூங்கிக்கொண்டிருந்தாள்.

"அப்பறம் சாயந்தரம் டீ குடிக்கும்போது மெதுவா இந்த சேதிய அந்தம்மா காதுல போட்டு வை. நாளைக்கு நானு மத்ததெல்லாம் பேசிக்கிறேன். தூக்கம் வர மாதிரி இருக்கு. நான் கொஞ்சம் தலை சாச்சிக்கட்டுமா?" என்று சொல்லிவிட்டு முதுகு பின் இருந்த தலையணையை எடுத்துப் பக்கத்தில் போட்டுச் சாய்ந்தான் கந்தவேல்.

கிழவியின் முகத்தில் சோகம் ஒட்டுமொத்தமாகக் குடியேறி இருந்தது. ஒரு ஊமையைப் போன்று தனக்குத்தானே முணுமுணுத்தபடி, கைவிரல்களை விரித்துக் காட்டி தலையை இப்படியும், அப்படியுமாக ஆட்டித் தனது நிலைமையை நொந்து கொண்டிருந்தாள். வீட்டுக்குள்ளிருந்து கவனித்த சுமதிக்குப் பாவமாக இருந்தும் கிழவியின் அருகில் வரவே இல்லை. நகரத்திற்குச் சென்று வெயிலில் அலைந்துவிட்டு வீட்டிற்குத் திரும்பிய கந்தவேல் காசாம்பு கிழவி கேட்காமலேயே மிச்சர், காராசேவு, காராபூந்தி, வெற்றிலை, பாக்கு என அனைத்தையும் தன் சொந்தக்காசு கொடுத்து வாங்கி வந்து கொடுத்தான்.

"எதுக்குத் தம்பி எனக்கு இதெல்லாம்? நாளைக்குத்தான் எங்கேயோ போவப் போறனே. வீணா ஏம்பா இந்தக் கெழவிக்குச் செலவு பண்ற?" சொல்லும்போதே கண்களில் நீர் திரண்டு உருண்டது.

"இருக்கட்டும்மா. வச்சிக்கங்க. போற எடத்துல எப்படி இருக்குமோ சொல்லமுடியாது அதான்." என்று சொல்லிவிட்டு வீட்டிற்குள் சென்றான். ஐந்தாறு காக்கைகள் வாசல்படியில் வந்து கா... கா... வெனக் கத்தின.

"வந்துட்டீங்களா! மணி ஆயிப்போச்சா! நான்தான் சிந்தன கெட்டுப் போயிட்டேன். இந்தாங்க... சாப்புடுங்க..." என்று காக்கைகளிடம் பேசிவிட்டு காராபூந்தி பாக்கெட்டைப் பிரித்துக் கையில் எடுத்துக் காக்கைகளைப் பார்த்து வாசல் பக்கமாக இறைத்தாள் காசாம்பு. காக்கைகள் விறுவிறு வென அலகால் கொத்தி எடுத்துக்கொண்டிருந்தன.

“இன்னையோட சரி... நாளையிலிருந்து இங்க வந்துடாதீங்க. எதுவும் கெடைக்காது. கெழவி இங்க இருக்க மாட்டாள் ஆமா! வேற எடம் பார்த்துப் போயிக்கங்க.” என்று சொல்லிவிட்டு மறுபடியும் காராபூந்தியை அள்ளி வாசலில் இறைத்தாள். இதை வீட்டிற்குள் இருந்து பார்த்த கந்தவேலுவுக்குப் பாவமாக இருந்தது. சுமதியைக் கூப்பிட்டுக் கிழவிக்குச் சாப்பாடு கொடுக்கச் சொன்னான். கைலியை எடுத்துக் கொண்டு கிழவியின் செய்கைகளை வீட்டிக்குள்ளிருந்தே நோட்டம் விட்டான். சற்று நேரத்தில் சுமதி தட்டில் சாப்பாடு போட்டுக் கொண்டு வந்து வைத்துவிட்டுப் போனாள். கிழவி சாப்பிடும் முன் தட்டைத் தொட்டுக் கும்பிட்டு,

“இந்த ஒருவாய் அன்னத்துக்கு என்ன என்னப் பாடுபடுத்துற ஆண்டவனே! பொழுதோட வந்து என்னைக் கூட்டிட்டுப் போவமாட்டியா?” என்று தலையை உயர்த்தி மேலே பார்த்துக் கைகள் இரண்டையும் மேலே உயர்த்திக் காட்டிவிட்டு, சாப்பிட ஆரம்பித்தாள். சாப்பிட்டு முடித்துத் தட்டைக் கழுவி அந்தத் தண்ணீரை வாசலைத் தாண்டி தெருவில் வீசி அடித்தாள்.

கந்தவேல் கிழவியின் எதிரில் வந்து அமர்ந்தான்.

“என்னம்மா சாப்டீங்களா?”

“ஆச்சி தம்பி... நீ சாப்டியாப்பா?”

“இல்லம்மா... இனிமேதான். அப்புறம் சுமதிக்கிட்ட சொல்லி யிருக்கறன். ரெண்டு கட்ட பை உங்களுக்குக் குடுப்பா. உங்களோட சாமான்களையெல்லாம் அதுல எடுத்துப் பத்தரமா வச்சிக்கங்க. நாளைக்குக் காலையில பத்துமணிக்கு ஆட்டோ வர சொல்லி இருக்கேன். அதுக்குள் நீங்க கௌம்பி தயாரா இருந்தீங்கன்னா போதும். நானும் கூட வர்றேன். ஒன்னும் பயப்படாதீங்க அம்மா.”

இதைக் கேட்டதும் மரணிக்கப்போகும் நோயாளியின் முகம் போல காசாம்பு கிழவியின் முகம் மாறியது. தழுதழுத்த குரலில் கந்தவேலைப் பார்த்துக் கேட்டாள்.

“இந்தக் கெழவிமேல கொஞ்சம்கூட பாவம், பச்சாதாபமே வரலியா தம்பி ஒனக்கு? ஒம்முடிவ மாத்திக்கக் கூடாதாப்பா? என் நெலமைய நெனைச்சி...”

கிழவியின் கெஞ்சல், கந்தவேலின் மனதை மிகவும் சங்கடப்படுத்தியது. தனது தாய் படுக்கையில் கிடந்தபோது வேலைக்கார அம்மா தனக்குச் சரியான நேரத்திற்குச் சாப்பாடு கொடுக்கமாட்டேன் என்கிறாள். நீ வேலைக்குப் போகாம லீவு போட்டுவிட்டு, கூடவே இருந்து என்னைக் கவனிச்சிக்க கூடாதாப்பா?'' என்று கூறி வருத்தப்பட்டது நினைவுக்கு வந்தது. இருந்தபோதிலும் அக்கம் பக்கத்து வீடுகளிலும், தெருவிலும் தேவையில்லாமல் வீண்பழிச் சொல்லுக்கு ஆளாக விரும்பவில்லை. பெற்றப் பிள்ளைகளே ஒரு மாதிரி பேச ஆரம்பித்த பிறகு இந்தம்மாவை இனியும் வைத்திருப்பதில் நியாயமில்லை என்று உறுதியாக ஆழ்மனதில் பதிவாகிப் போனது. கிழவியை அனுப்புவதற்காகவே அந்தப் பொய்யைச் சொன்னான்.

“உங்கள வெளிய இட்டுக்கினு போயி விட எனக்கு முழு மனசு இல்லம்மா. இன்னா பண்றது. சூழ்நெல அப்புடி ஆயிப்போச்சி. குடும்பத்தோட கோவாவுக்குப் பத்து நாளு டூர் போறம்மா. உன்ன இங்க தனியா உட்டுட்டுப் போகமுடியாது இல்ல! அதனாலதாம்மா ஒன்ன ஒரு பாதுகாப்பான எடத்துல கொண்டுபோயி உட்டுட்டன்னா எனக்கும் நிம்மதியா இருக்கும். சரிதானே?”

“உன் இஷ்டம் போல செய்ப்பா. நொண்டிக்கிழவி என்னால இன்னா பண்ணமுடியும். எல்லாம் தலயெழுத்துப்போல நடக்கட்டும்.” என்று சொல்லிவிட்டுக் கண்களில் வழிந்த நீரைப் புடவை முந்தானையால் துடைத்தாள் காசாம்பு கிழவி. அதற்கு மேல் கிழவியின் அருகில் இருக்க மனம் பொறுக்காமல் எழுந்து வீட்டிற்குள் போனான்.

சோகமே உருவாய் கிளம்பித் தயாராக உட்கார்ந்திருந் தாள் காசாம்பு கிழவி. நெற்றியில் விபூதி பட்டையிட்டு, புதுப்புடவை கட்டிக்கொண்டு வீட்டின் வாசலைப் பார்த்தபடி இருந்தாள். புதிய கட்டைப் பைகள் இரண்டிலும் தனது பொருட்களை நிரப்பி வைத்துக் கொண்டாள். சரியாகப் பத்து மணிக்குக் கந்தவேல் ஆட்டோவை அழைத்து வந்து வாசலில் நிறுத்தினான். கிழவியின் பைகளை எடுத்து வைத்துவிட்டுக் கிழவியை

அலேக்காகத் தூக்கி வந்து ஆட்டோவில் உட்கார வைத்தான். சுமதி வந்து அருகில் நின்றாள்... கிழவியை வழியனுப்ப.

"போயிட்டு வரம் பாப்பா" என்று சொல்லி இரு கரத்தையும் கூப்பி சுமதியை வணங்கினாள் காசாம்பு. 'சரி' என்பது போல பேசாமல் தலையை ஆட்டினாள் சுமதி. ஆட்டோ கிளம்பியது.

அரியாங்குப்பம் பொது மருத்துவமனை தெருவின் கடைசியில் இருந்த கிழவியின் உறவுக்காரப் பெண் வீட்டு வாசலில் போய் ஆட்டோ நின்றது. சாதாரணமான திண்ணை வைத்த வீடுதான். கந்தவேல் முதலில் இரண்டு கட்டைப் பைகளையும் கொண்டுபோய் வைத்துவிட்டு வந்து, கிழவியைத் தூக்கிக் கொண்டுபோய் திண்ணையில் உட்கார வைத்தான். வீட்டின் அழைப்பு மணி சுவிட்சை அழுத்தினான். எவரும் வந்து கதவைத் திறக்கவே இல்லை. கிழவி பதற்றமாகக் கேட்டாள்.

"இன்னா தம்பி.. ஊட்டுல யாரும் இல்லையா?"

"தெரியலம்மா. எதுத்தாப்புல கேக்குறன்." என்று சொல்லிவிட்டுத் தெருவில் வந்து விசாரித்தான். அந்த வீட்டில் உள்ளவர்கள் அனைவரும் திருவந்திபுரம் சென்றிருப்பதாகவும், மாலையில்தான் வருவார்கள் என்றும் கேட்டறிந்தான். காசாம்பு கிழவியின் அருகில் வந்து,

"ஒன்னுமில்ல. கடத்தெருவுக்குப் போயிருக்காங்களாம்மா. இப்போ வந்துருவாங்கம்மா. நானு வரட்டுமாம்மா?" என்று சொல்லிவிட்டுப் பதிலுக்குக் காத்திருக்காமல் வந்து ஆட்டோவில் ஏறினான். வண்டி புறப்பட்டது.

உடல்நிலை முடியாத கிழவியை ஏமாற்றிவிட்டு வருகிறோமே என்று மனம் கனத்தது. ஈர உணர்வில் முழுக்கை சட்டையில் கைபக்கம் நனைந்திருப்பதைப் பார்த்து முகம் சுளித்தான்... கிழவியின் மூத்திரவாடை.

மே - 2017

சாத்தகி

விழுப்புரத்திலிருந்து செஞ்சி செல்லும் சாலையில் நேமூருக்குக் கிழக்கே நான்கு கி.மீ. தூரத்தில் உள்ள வி.பிரம்மதேசம்தான் சாத்தகிக்குச் சொந்த ஊர். சாதாரண விவசாயக் குடும்பத்தைச் சேர்ந்த +2 படித்த இளைஞன். முப்பத்தோரு வயசுக்குள்ளேயே அப்பா, அம்மாவை இழந்துவிட்டு, உறவுக்காரப் பெண்ணைத் திருமணம் செய்து கொண்டு, மூன்று வயதில் ஒரு பெண் குழந்தையைப் பெற்று வளர்த்து வந்தான். ஊரில் சொந்தமாகப் பாடலீஸ்வரர் கோயில் எதிரே ஒரு ஓட்டு வீடும், ஒன்றரைக் காணி நிலமும் இருந்தது. பருவத்திற்கு ஏற்றாற்போல கரும்பு, நெல், துவரை என்று மாற்றி மாற்றி பயிரிட்டுக் குடும்பத்தைப் பராமரித்துக் கொண்டு வந்தான்.

கால மாற்றத்தில் சரியான முறையில் மழை பெய்யாமல் போனதால் பயிர் வைக்க தண்ணீருக்கு அக்கம் பக்கத்து நிலத்துக்காரர்களிடம் கெஞ்சிக் கேட்க வேண்டிய சூழ்நிலைக்கு ஆளானான். அவர்களின் போக்கு இவனுக்கு மிகவும் எரிச்சலை வரவழைத்தது. ஒருநாள் இரவு மனைவியிடம் இதைப் பற்றி விவாதித்தபோதுதான் “ஏன் நம்ப நெலத்திலையே ஒரு போர் போட்டுத் தண்ணி எடுத்தா எந்தப் பிரச்சனையும் கெடையாது இல்ல” என்று அவள்தான் இந்த யோசனையைச் சொன்னாள். அதுதான் சரி என்கிற முடிவுக்குச் சாத்தகியும் வந்தான். அடுத்த

பத்து நாட்களில் உறவுக்காரர்களிடமும், ஊரில் உள்ள பெரிய குடும்பத்தைச் சேர்ந்தவர்களிடமும் கடன் வாங்கி நிலத்தில் 200 அடி ஆழத்தில் போர் போட்டான். தண்ணீர் கிடைத்தது. அதற்குள்ளாகவே இரண்டு இலட்சம் ரூபாய் வரையில் செலவு மட மடவென்று எட்டிவிட்டது.

இன்னும் 15 ஹார்ஸ் பவர் மோட்டார் வாங்கி வந்து பொருத்தி விட்டால் அனைத்துப் பிரச்சனைகளும் தீர்ந்துவிடும். செலவு போக மீதம் இருந்த காசை எண்ணிப் பார்த்தான். முப்பதாயிரம் ரூபாய் இருந்தது. 15 ஹார்ஸ் பவர் நீர் மோட்டார் விலை 35000 என்று அனுபவம் வாய்ந்த உள்ளூர் விவசாயிகளிடத்தில் கேட்டுத் தெரிந்து வைத்திருந்தான். இப்போது குறையும் பணத்திற்கு என்ன செய்வது? எங்கே போவது? என்று தெரியாமல் விழித்தான்.

அன்று இரவு படுக்கையில் கணவன் உறங்காமல் புரண்டு புரண்டு படுப்பதைக் கண்ட சாத்தகியின் மனைவி கேட்டாள்,

“என்னயா தூக்கம் வரலியா?”

“ம்... ஆமா...”

“ஏன்யா, என்னாச்சி?”

“நெலத்துல போர் போட்டு வேலையெல்லாம் முடிஞ் சிருச்சி. மோட்டார் வாங்கி பொருத்திட்டா அக்கடான்னு ஆக வேண்டிய வேலைய பாக்கலாம்.”

“அதையும் செஞ்சிட வேண்டியதுதானே?”

“அதுக்குத்தான் நாள கழிச்சி பொதன்கிழம பாண்டிச்சேரிக்குப் போய் மோட்டார் வாங்கியாந்துடலாம்னா ஒரு ஐயாயிரம் ரூவா கொறையுது! யார கேக்குறது? எப்படிப் பொறட்டுறதுன்னு ஓரே யோசனையா இருக்குது.”

“அவ்ளோதானே! கவலையை உட்டுட்டு நிம்மதியா தூங்குய்யா. பணத்துக்கு நான் ஏற்பாடு பண்றேன்.”

“எப்படி டி உன்னால முடியும்? விளையாடுறியா? இல்ல புருஷன் மனசு கஷ்டப்படக் கூடாதுன்னு ஆறுதலா சொல்றீயா?”

“இல்லையா. சத்தியமாத்தான் சொல்றேன். எனக்கு நீதான்யா முக்கியம். நீ கஷ்டப்பட நானு எப்படியா பாத்துக்கினு சும்மா இருப்பேன். பொழுது விடியட்டும். அப்புறம் பாரு.”

மனைவியின் ஆறுதலான வார்த்தைகளைக் கேட்டு அவளை அப்படியே அள்ளி அணைத்துக் கொண்டான்.

புதன்கிழமை காலை பதினோரு மணியைப் போல வந்து பாண்டிச்சேரி பேருந்து நிலையத்தில் இறங்கினான். இது ஒன்றும் சாத்தகிக்கு முதல்முறை கிடையாது. இதற்கு முன்பு மூன்று, நான்கு முறை நண்பர்கயோடு வந்து, நன்றாகச் சரக்கு அடித்துவிட்டு, பீச், பார்க், அரவிந்தர் ஆசிரமம், நோனாங்குப்பம் போட் ஹவுஸ் என்று நாள் முழுக்கச் சுற்றித் திரிந்துவிட்டுப் போயிருக்கிறான். பேருந்து நிலையத்தில் அரசு பேருந்துகளும் தனியார் பேருந்துகளும் மாற்றிமாற்றி ஹாரன் சத்தத்தை எழுப்பிக் காதுகளைச் செவிடாக்கின. வெளியூர்களுக்குச் செல்பவர்களும் வந்து இறங்கியவர்களும், கைப்பை, சூட்கேஸ், ட்ராலி பேக் என்று எடுத்துக்கொண்டு குறுக்கும் நெடுக்குமாக அலைமோதிக்கொண்டிருந்தார்கள். மேகங்கள் சூரியனை மறைத்துக் கொண்டு நகர்ந்து கொண்டிருந்தன. சாத்தகி நடந்து பேருந்து நிலையத்தை விட்டு மறைமலையடிகள் சாலையில் இருந்த கார்த்திக் ஓட்டல் அருகே வந்ததும் அவனை அறியாமல் கால்கள் நின்றன. பக்கத்திலிருந்த பார் அவன் கண்களைப் பற்றி இழுத்தது. நாக்கில் எச்சில் ஊறியது. கொஞ்சம்கூட சிந்திக்காமல் பாரில் சென்று ஜில்லென்று ஒரு பீரை வாங்கிக் குடித்தான். ஏதோ அண்டார்டிகா பகுதிக்கு வந்துவிட்டது போல் இருந்தது அவனுக்கு. தூரத்தில் தெரிந்த நடைப்பாதை மேம்பாலம் என்னவோ இன்று அவன் கண்களுக்கு அழகாகத் தெரிவது போல உணர்ந்தான். இதுவரையில் அந்தப் பாலத்தைக் கடந்தது இல்லை. அதற்கு அவசியமும் இல்லாமல் போனது.

“இந்தாப்பா கொஞ்சம் நவுரு.” என்றான் சரக்கு வாங்க வந்தவர்களில் ஒருவன். சாத்தகி மறுபடியும் பேருந்து நிலையத்திற்குள் நுழைந்தான். பாலத்தின் மீதேறி பார்ப்பதற்காகத் தனக்கு நடக்கப்போகும் விபரீதத்தைத் துளிகூட சிந்திக்காதவனாகப் பாலத்தின் மேல் ஏறி கைப்பிடிச் சுவரைப் பிடித்துக் கொண்டு கீழே பார்த்தான். வாகனங்கள் தன் காலுக்குக் கீழ் இருந்து போவது போல் இருந்தது. சாலை ஓரங்களில் மக்களின் நடமாட்டம் ஏதோ குள்ள மனிதர்களின் தேசத்திற்கு வந்துவிட்டோமே என்று தோன்றியது சாத்தகிக்கு. கீழே இறங்க

படிகள் இல்லாத சறுக்குப் பாதையில் இறங்கினான். ஒரு பத்தடி இறங்கியதும் எதிரில் சுவற்றில் சாய்ந்தபடி, ஒரு பக்க மார்பகம் தெரியும்படி சேலையை விலக்கிவிட்டு நின்றிருந்த அந்த நாற்பது வயது பெண்மணியைக் கண்டதும் மனம் சலனப்பட்டுவிட்டது. அவள் இவனைப் பார்த்துப் புன்னகைத்தாள். நல்ல கட்டான உடல் தேகம். சிவப்பு நிறம், மனதை மயக்கும் ரோஸ் நிற நைலக்ஸ் புடவையில் கவர்ச்சியாக இருந்தாள். தயக்கத்துடனேயே எதுவும் பேசாமல் இரண்டடி எட்டி நடந்தான். சட்டென்று அந்தப் பெண்மணி இறங்கி வந்து அவனது வலது கையைத் தனது வலது கைக்குள் பற்றிக்கொண்டு இனிமையாகப் பேசினாள்.

"என்ன தம்பி, பாத்துட்டுப் பாக்காத மாதிரி போறீங்க. ஒனக்கு உள்ளூரா? வெளியூரா?"

அந்தப் பெண்மணி கையைப் பிடித்து அவளோடு சேர்த்துக் கொண்ட அடுத்த நொடியிலேயே இவன் உடலின் உஷ்ணம் தலைக்கேறிவிட்டது. என்ன பேசுவது என்பது தெரியாமல் நாக்கு உ'ாநியது.

"வெளி... வெளியூர்தான். இங்க... ஒ... ஒரு வேலையா வ... வந்தேன்."

சறுக்குப் பாதையில் இறங்கிக்கொண்டே பேசிக்கொண்டு வந்தார்கள் இருவரும்.

"அப்படியா! அதனாலென்ன? அலைஞ்சு திரிஞ்சு பாக்கற ஆம்பளைங்க சந்தர்ப்பம் கெடைக்கும்போது கொஞ்சம் ரிலாக்ஸ் ஆயிக்கிறதுல ஒன்னும் தப்பு இல்ல" என்று சொல்லிக் கொண்டே தன் உடலை அவன் மீது நன்றாக உரசினாள்.

"நீ சொல்றதெல்லாம் வாஸ்தவம்தான். என்னால ஒன்கூட ரொம்ப நேரம் இருக்க முடியாது. கடத்தெருவுக்குப் போயி மோட்டார் வாங்கிக்கினு சீக்கிரம் இருட்டுறதுக்குள்ள ஊரு போயி சேரணும். இன்னா சொல்ற?"

"நீ சரியான பட்டிக்காட்டான்னு தெரியிது. வந்தம்மா, வேலைய முடிச்சா, காச தூக்கிப்போட்டுட்டுப் போயிக்கிட்டே இருக்கணும். எந்தக் கதையும் பேசக் கூடாது புரிஞ்சதா?"

பேருந்து நிலையத்தினுள் புகுந்து சைக்கிள் டோக்கன் போடும் வழியாக வெள்ளந்தாங்கி ஐயனார் கோயில் தெருவில் நடந்து வந்தார்கள். எதிரில் வந்த ஒரு சிலர் இவர்கள் இருவரையும்

செந்தமிழினியன் | 31

ஒரு மாதிரி பார்த்துக்கொண்டே கடந்து போனார்கள். அந்தப் பெண்மணி சாத்தகியை விட சற்று உயரமாக இருந்தாள்.

"சரிப்பா. இப்போ நாம எங்க போறோம். ஓனக்கு எங்கனாச்சும் எடம் இருக்குதா? இல்ல ஏதாவது லாட்ஜ்க்குப் போலாமா?" என்று ஒன்னும் தெரியாததுபோல், விபரமாக அவனிடம் கேட்டாள்.

"அதெல்லாம் எதுவும் எனக்குத் தெரியாது. எடம் இருந்தா சொல்லு. இல்லன்னா சொல்லு. நானு இப்படியே என் வேலையைப் பாக்கிறேன்."

அவனது பதிலைக் கேட்டதும் அவள் உசாரானாள். "அட என்னப்பா நீ வேற. சும்மா ஒரு பேச்சுக்குக் கேட்டா நீ வா. இங்க பக்கத்துல எனக்குத் தெரிஞ்ச லாட்ஜ் இருக்கு. எப்போ ரூம் கேட்டாலும் இல்லன்னு சொல்லாம எனக்குக் குடுப்பாங்க. வா அங்க பாரு."

ஐந்து நிமிடத்தில் லாட்ஜ்க்குச் சென்று ரூம் எடுத்தார்கள். ஒரு மணி நேரம் எல்லாம் முடிந்தது. சாத்தகி அந்தப் பெண்மணி யிடம்,

"செத்த நேரம் இரு. நானு குளிச்சிட்டு வந்துர்றேன். அப்பறம் ரூமைக் காலி செஞ்சிட்டுப் போயிடலாம் இன்னா!" சொல்லிவிட்டு இடுப்பில் கட்டிய துண்டுடன் பாத்ரூமிற்குள் நுழைந்தான். குளித்து முடித்துவிட்டு வெளியில் வந்துவனுக்குப் பேரதிர்ச்சி காத்திருந்தது. அந்தப் பெண்மணி காணாமல் போயிருந்தாள். கட்டிலின் மீது கழற்றிப் போட்டிருந்த பேண்ட் சட்டை தரையில் கிடந்தது. அதைக் கண்டதும் அதிர்ச்சியில் குப்பென்று உடலெங்கும் வியர்த்தது. வேகமாக வந்து கீழே கிடந்த பேண்டை எடுத்துப் பைகளுக்குள் கைவிட்டுத் துழாவினான். மணி பர்சைக் காணவில்லை. வலது கையால் தலையில் அடித்துக்கொண்டு தனக்குத் தானே புலம்பினான்.

"அய்யய்யோ. மோசம் போயிட்டனே! தேவடியா, சிறுக்கி முண்ட திட்டம் போட்டு எங்கழுத்தறுத்துட்டுப் போயிட்டாளே! அல்ப சொகத்துக்கு ஆசப்பட்டுக் கையிலிருந்த பணத்தைத் தொலைச்சிட்டனே பாவி! இப்போ இன்னா பண்ணுவேன்?"

சட்டென்று எழுந்து பேண்ட், சட்டையை மாட்டிக் கொண்டு லாட்ஜ் ரிசப்ஷனுக்கு ஓடி வந்தான். ரிசப்பஷனில் இருந்தவன்,

"என்ன சார் என்ன வேணும்?" என்று கேட்டான்.

"எங்கூட ரூமுக்கு வந்தாளே, அந்தப் பொம்பளைய பாத்தீங்களா சார்?"

"ஆமா, கொஞ்ச நேரத்துக்கு முன்னாடிதான் போனாங்க. என்ன சார் விஷயம்?"

"இப்படித்தான் பஸ் ஸ்டாண்டு பக்கமாத்தான் போனாங்க. இன்ன சார் ஏதாவது பிரச்சனையா?"

ரிசப்ஷனிலிருந்தவன் கேள்விக்குப் பதில் எதுவும் சொல்லாமல் தட, தடவென்று தெருவிலிறங்கி ஓடினான் அவளைத்தேடி. கண்ணுக்கு எட்டிய தூரம் வரையில் அவள் அங்கு எங்கும் காணவில்லை. பேருந்து நிலையத்திற்குள் புகுந்து மேம்பாலத்தின் படிகளில் ஓடி ஏறி அவளை முதலில் சந்தித்த இடத்தில் இருக்கிறாளா என்று போய் பார்த்தான். ஏமாற்றம்.

மேலும் கீழும் மூச்சு வாங்கியது அவனுக்கு. வியர்த்துக் கொட்டியது. பாலத்தின் நடுவில் வந்து நின்று பார்த்தான். எங்காவது அவள் உருவம் தெரிகிறதாவென்று பதற்றத்தில் பார்வைகூட ஏதோ மங்கலானதுபோல் இருந்தது அவனுக்கு. மதியம் சாப்பிடாமல் இருந்ததால் பசியில் வயிறு சத்தமிட்டது. பேண்ட் பின் பாக்கெட்டில் மூன்று பத்து ரூபாய் நோட்டுகள் மட்டும் பத்திரமாக இருந்தது. சாத்தகி பாலத்திலிருந்து கீழே இறங்கினான். உடல்தான் நடந்ததே தவிர சிந்தனை முழுக்க தவறிப்போய் இருந்தது. எதிரில் வந்து சட்டென்று பிரேக் அடித்து நின்ற தனியார் பேருந்தின் ஓட்டுநர் அசிங்கமாக இவனைத் திட்டினான். அதை ஒரு பொருட்டாகவே எடுத்துக் கொள்ளாமல் பேருந்திற்கு வழிவிட்டுத் தேநீர் கடையை நோக்கி நடந்தான்.

ஒரு போண்டாவும் தேநீரும் சாப்பிட்டதும், உடல் சோர்வும் மனச்சோர்வும் சேர்ந்துகொள்ள பயணிகள் காத்திருக்க போடப்பட்டிருந்த இரும்பு சேரில் 'அப்பாடா' என்று காலை நீட்டி போட்டு உட்கார்ந்தான். பக்கத்தில் உட்கார்ந்திருந்த பெண் ஒருத்தி தன் குழந்தைக்குப் புட்டியில் பால் கொடுத்துக் கொண்டிருந்தாள். காலுக்கு அருகில் இரண்டு கட்டப்பைகள் நிறைய என்னென்னவோ இருந்தது. மேலே பயணிகளுக்காகப் போடப்பட்டிருந்த தொலைக்காட்சியில் வடிவேலு தன் கிணற்றைக் காணோம் என்று நகைச்சுவை

வழங்கிக்கொண்டிருந்தார். சாத்தகி அசந்து அப்படியே தூங்கிவிட்டான்.

'சுரீர்' என்று இடது கால் தொடையில் வலியெடுக்க போலீஸ்காரன் லத்தியால் ஒரு அடி கொடுத்து எழுப்பியபோது தான் பதறிக்கொண்டு எழுந்தான் சாத்தகி. பகல் பொழுது மறைந்து மின்விளக்குகளின் ஒளி வெள்ளத்தில் பேருந்து நிலையம் காட்சியளித்தது. பேருந்துகளின் ஹாரன் சத்தமும், விளக்கொளியும் வட்டமிட்டுக் கொண்டிருந்தன. போலீஸ்காரன் சத்தம் போட்டான்.

"எந்த ஊருடா நீ? குடிச்சிட்டு வந்து ஊருக்குப் போகாம சேர்லயே ஒக்காந்து தூங்குற? கௌம்பி ஓடு."

மறுபடியும் அடித்துவிடப் போகிறான் என்ற பயத்தில் அந்த இடத்தைக் காலி செய்தான். தொடையில் வலி எடுத்த இடத்தை தடவி விட்டுக் கொண்டே ஒரு வேளை அந்தச் சிறுக்கி இப்போ வந்திருப்பாளா என்கிற நப்பாசையில் மீண்டும் ஒரு முறை பாலத்தின் மீது ஏறிப்போய் பார்த்தான். விளக்கு வெளிச்சம் இல்லாததால் பாலத்தைக் கடக்கும் இரண்டு மூன்று பேர்கள் அந்த இடத்தில் சிறுநீர் கழித்துக் கொண்டிருந்தார்கள். நாற்றம் பொறுக்காமல் மூக்கைப் பிடித்துக் கொண்டே இறங்கி வந்தான். அவளைப் பார்க்காமல் ஊருக்குத் திரும்பிப் போவதில்லை என்று முடிவெடுத்தான். பேருந்து நிலையத்தை விட்டு வெளியே வந்தான். சாலையோரம் இருந்த கையேந்தி பவனில் பத்து ரூபாய்க்கு இட்லி வாங்கிச் சாப்பிட்டான். இரவு பேருந்து நிலையத்தில் போய் படுக்கமுடியாது என்பதை அடிவாங்கிய கணத்திலேயே முடிவு செய்தான். மெல்ல நடந்து பக்கத்தில் ராஜாநகர் இரண்டாவது தெருவில் ஒரு வீட்டின் வாசலில் இருந்த சிறிய திண்ணையைத் தேர்ந்தெடுத்து ஒருக்கலித்துப் படுத்துக் கண்களை மூடினான். மனைவி கண்முன் வந்தாள்...

"இந்தாய்யா நீ கேட்ட பணம். இது போதுமா? இன்னும் தேவையா? சொல்லுய்யா. நான் ஏற்பாடு பண்றேன்."

மனைவி கொடுத்த பணத்தை எண்ணிப் பார்த்தான். ஏழா யிரம் ரூபாய் இருந்தது.

"ஏதுடி இவ்வளவு பணம்? எப்படிப் பொறட்டுன?"

"நம்ப பணம் தான்யா. யாருகிட்டேயும் கடன்கிடன் வாங்கல! அதனால நீ ஒன்னும் பயப்படாதய்யா!"

"நீ சொல்றது எனக்குப் புரியலடி. நான்தான் மக்குன்னு ஒனக்கு நல்லா தெரியுமே. கொஞ்சம் வெளக்கமாத்தான் சொல்லேன்."

தன் சேலை முந்தானையில் முடிந்து வைத்திருந்த மார்வாடிக் கடை ரசீதை எடுத்து அவனிடம் நீட்டினாள். அதை அவன் வாங்கிப் பிரித்துப் பார்க்கும்போதே கழுத்தில் இருந்த புதிய மஞ்சள் கோர்த்த தாலியை எடுத்து அவனிடம் காட்டினாள். அதைக் கண்ட சாத்தகிக்கு ஒரு கணம் பேச்சே வரவில்லை. மனைவியின் இரு கரத்தையும் சேர்த்துப்பிடித்துக் கொண்டான்.

"இதெல்லாம் நீ எனக்கு வாங்கிக் குடுத்ததுதானேய்யா! நமக்கு ஒரு கஷ்டம்கறப்போ பயன்படாம வேற எதுக்கு? நீயே சொல்லு? அடுத்த போகத்துல நல்ல மகசூல் வந்தா மீட்டுக்குடுத்துடப் போற! என்னய்யா நான் சொல்றது?"

தன் மனைவியின் பெருந்தன்மையைப் பார்த்து மிகவும் சந்தோஷமடைந்தான்.

"உன்ன பொண்ஜாதியா அடையிறதுக்கு நானு போன ஜென்மத்துல புண்ணியம் பண்ணியிருக்கணும்டி" என்று சொல்லிவிட்டு மனைவியை அணைத்து நெற்றியில் முத்தம் இட்டான்.

"எனக்கு ஏன்யா இப்படி ஒரு துரோகத்த நீ செய்ய துணிஞ்ச?" என்று மனைவி நேரில் வந்து கேட்பதுபோல கனவு கண்டு சட்டென்று கண்விழித்தான் சாத்தகி. தெருவில் நாய்கள் குரைத்துக்கொண்டு ஓடின. மறுபடியும் கண்களை மூடினான்.

காலை வாசலுக்குத் தண்ணீர் தெளிக்க வந்த வீட்டுக்காரப் பெண்மணி இவனை எழுப்பி, துரத்தி அனுப்பினாள். தலை, பேண்ட், சட்டை எங்கும் மண்புழுதி ஒட்டி இருந்தன. தட்டிவிட்டுக் கொண்டே மறைமலை அடிகள் சாலைக்கு வந்தான். எதிரில் இருந்த மேம்பாலத்தைப் பார்க்கவே எரிச்சலாக வந்தது. சட்டென்று திரும்பிச் சாலையைக் கடந்து முல்லைநகர் போகும் தெருவுக்குள் நுழைந்தான். ஒரு வீட்டில்

சொம்பில் தண்ணீர் கேட்டு வாங்கி முகம் கழுவிக்கொண்டு, வயிறு முட்ட தண்ணீர் குடித்தான். மனம் முழுக்க இன்று எப்படியும் அவளைக் கண்டுபிடித்து பணத்தைத் திருப்பிப் பெற்றுவிடவேண்டும் என்கிற வைராக்கியத்தோடு இருந்தான். மணி எட்டுதான் ஆகிறது. காலை கதிரவன் நகர் முழுவதும் பரவிக் கிடக்க, சாத்தகி தெருக்களில் வேடிக்கை பார்த்துக் கொண்டே நடந்து நேரத்தைக் கடத்தினான். பத்து மணிக்கு ஒரு தேநீர் குடித்தான். பதினோரு மணிக்கெல்லாம் சரியாக வந்து மேம்பாலத்தின் சறுக்குப் பாதையில் அந்தப் பெண்மணியின் வருகைக்காக எதிர்பார்த்துக் காத்திருந்தான்.

வானின் நீலக்கலரில் நைலக்ஸ் புடவை கட்டிக்கொண்டு தலையில் மல்லிகைப்பூ ஒரு முழம் சுற்றிக்கொண்டு வந்தாள் அந்தப் பெண்மணி. சாத்தகியைக் கண்டதும் சட்டென ஒரு நிமிடம் தயங்கி, பின் எதுவுமே தெரியாதது போல் முகத்தைப் புன்முறுவலுடன் வைத்துக் கொண்டு அவனருகில் வந்தாள்.

"இன்னா தம்பி, இன்னும் நீ ஊருக்குப் போகலியா?" என்று கேட்டாள்.

சாத்தகி தனக்குள் எழுந்த கோபம் அத்தனையையும் அடக்கிக்கொண்டு ரொம்ப நிதானமாகப் பதில் பேசினான்.

"எப்படிப் போறது? இருந்த பணத்தையெல்லாம் நீதான் ஒரே முட்டா அடிச்சிக்கிட்டுப் போயிட்டியே!"

அவள் சட்டென்று மறுத்துப் பேசினாள்.

"என்னப்பா சொல்ற நீ? பணமா? அதெல்லாம் நான் ஒன்னும் பாக்கலியே! அவசரமா இன்னொரு பார்ட்டி கூப்டாங்க. கெளம்பிப் போயிட்டேன். வேற எதுவும் எனக்குத் தெரியாதப்பா."

"ஓ... ஒனக்குத் தெரியாது. கட்டுல்ல கழற்றிப் போட்ட பேண்ட், சட்டை தானா நவுந்து வந்து கீழ உழுந்துடுத்துன்னு சொல்றியா?"

"அட என்னப்பா நீ சிங்கினாதம் புடிச்ச ஆளா இருக்கியே. நான்தான் எதுவுமே தெரியாதுன்னு சொல்றேனே. என்ன நம்பு."

"சரி... சரி... நம்புறேன். பணம் போனா போவுது. நீ மட்டும் இன்னக்கிக் கொஞ்சம் கம்பனி குடுத்தியின்னா வாழ்நாள் முழுக்க உன்ன மறக்கமாட்டன். இன்னா சொல்ற?"

அவளுக்குள் இவன் தன்னைப் பணம் எடுக்கவில்லை என்று நம்பிவிட்டதாக எண்ணி ரூமுக்கு வர சம்மதித்தாள். ஒரே ஒரு பீர் வாங்கிக் கொடுக்கும்படி கெஞ்சி வாங்கிக் கொண்டான். நேற்று ரூம் போட்ட அதே லாட்ஜில் ரூம் போட்டார்கள். அந்தப் பெண்மணியைக் கட்டிலில் படுக்க வைத்து அவள் ஆடைகளை உருவிப் போட்டு அம்மணமாக்கினான். அளவுக்கு அதிகமாக வெட்கப்படுவது போல பாவனை செய்தாள்.

"ஒரு நிமிஷம். கிக் ஏத்திட்டு வந்துடுறேன் இன்னா" என்று சொல்லிவிட்டு மேக்கப் டேபிள் மீது இருந்த பீர் பாட்டிலைத் திறந்து மட மடவென்று ஒரே மூச்சில் குடித்து முடித்தான். கோபத்தில் கண்கள் இரண்டும் சிவப்பாக மாறியிருந்தது. பீர் பாட்டிலின் மேல் பக்கம் பிடித்துக் கொண்டு அடிப்பகுதியை உடைத்தான். இதைக் கண்டதும் படுத்திருந்தவள் மிரண்டுபோய் எழுந்தாள். ஒரு நிமிடம்கூட யோசிக்காமல் கையில் இருந்த உடைந்த பீர் பாட்டிலின் கூர்மையான பகுதியால் அந்தப் பெண்மணியின் கழுத்தில் பலம் கொண்டமட்டும் வேகமாக அழுத்தி ஒரு வெட்டுப் போட்டான். அடுத்த வெட்டை மார்பகத்தின் மீது போட்டான். ரத்தம் பீறிட்டு அடிக்க "அய்யோ, அய்யய்யோ கொலப் பண்றானே! யாராவது ஓடியாங்களேன். காப்பாத்துங்க." என்று சத்தமிட்ட வேகத்தில் கட்டிலில் விழுந்து துடித்தாள்.

"ங்கோத்தா தேவுடியா முண்ட. பணத்தைத் திருடிட்டு இல்லன்னாடி பொய் சொல்ற. ஒரு நாளு முழுக்க என்ன பைத்தியக்காரனா அலைய விட்டுட்டியேடி. ஒன்னையெல்லாம் உயிரோட உட்டுவக்கிறதே பாவம்டி. எனக்கிருக்கிற ஆத்திரத்துக்கு உன்ன குத்திக் கொல பண்ணிட்டு மயிராச்சின்னு ஜெயிலுக்குப் போயிடுவேன்! எம் பொண்டாட்டிப் புள்ளைங்க நடுத்தெருவுல நிக்குமேங்குற ஒரே காரணத்துக்காக உன்ன இத்தோட உடறேன். கண்டார ஓழி இனிமேட்டு நீ சாவுற வரைக்கும் என்னை மறக்க மாட்டேடி. த்தூ... நீயெல்லாம் ஒரு ஜென்மமாடி?" என்று காரித் துப்பிவிட்டுக் கையில் இருந்த பாட்டிலை சுவற்றின் மீது வீசி எறிந்தான். தூள் தூளாகச் சிதறி விழுந்தது. ரூம் கதவை வெளியில் இருந்து பலமாகத் தட்டினார்கள்.

டிசம்பர் - 2017

பரஞ்சோதி

வித்தியாசமான வழக்கினை நேரில் காண்பதற்காக அறமன்றத்தில் மக்கள் கூட்டம் வழக்கத்தைவிட சற்று கூடுதலாகக் கூடியிருந்தது.

நீதிபதி முன்னிலையில், குற்றவாளிக் கூண்டில் வந்து நின்ற ஆளிடம் வழக்கு விசாரணைத் தொடங்கியது. வழக்குரைஞர் கேள்விக்கணைகளைத் தொடுத்தார்.

“உங்க பேரு என்ன?”

“பரஞ்சோதி.”

“சொந்த ஊரு எது?”

“சோழ நாட்டின் வளம் கொழித்த திருச்செங் காட்டாங்குடி.”

“என்ன வேலை பாக்குறீங்க?”

“முன்னாடி நரசிம்ம பல்லவ மன்னரிடம் சேனாதிபதியாக இருந்தேன். இப்போ சிவனடியார் களுக்குத் தொண்டு செய்து காலம் கழிக்கிறேன்.”

“அப்போ ஒங்களுக்கு வில்வித்தை, வாள்வீச்சு எல்லாம் அத்துப்படி. அப்படித்தான?”

“அதுமட்டுமல்ல. குதிரையேற்றம், யானையேற்றம் எல்லாம்கூட தெரியும். வேதங்கள் அனைத்தும் படித்து

இருக்கிறேன். வடமொழி நன்றாகப் பேசுவேன். வடக்கே வாதாபி நகரப் போரில் இரண்டாம் புலிகேசியை வென்று வாகை சூடியதும் நான்தான்."

"ஒரு பெரிய சேனாதிபதியா இருந்துட்டுக் கத்தியையும் ரத்தத்தையும் கண்டு பயப்படாத உங்களுக்குச் சிவன் தொண்டு செய்யணுங்கற ஆசை ஏன் வந்தது?"

"எத்தன காலத்துக்குத்தான் போர் வீரனாகவே வாழறது? குடும்பம் புள்ளக்குட்டிகயோட நாமும் வாழ்க்கையில நெலையான சொத்து சுகங்களோட வாழ்ந்து ஆகணுமே என்றுதான் மாறினேன்."

"உங்க ஆசைய நேராகவே மன்னர்கிட்ட சொன்னீங்களா? இல்ல அவராகவே தெரிந்துகொண்டு உங்களை விடுவிச்சாரா?"

"இல்ல. நான் சொல்லவே இல்ல! எனது போர்ப் படையில் இருந்த யாரோ சில காவலர்கள் அவரிடம் சொல்லி இருக்கிறார்கள். என்னை அழைத்து மன்னர் கேட்டார். ஆமாம் என்று சொல்லி சந்தர்ப்பத்தைப் பயன்படுத்திக் கொண்டேன்."

"புத்திசாலிதான் நீங்க... பிறகு?"

"அப்புறமென்ன இருக்க ஒரு வீடும், நஞ்சை நிலம் கொஞ்சமும், ஆடுகள், மாடுகள், போதுமான அளவிற்குத் தொகையும் கொடுத்துப் போய் சிவன் தொண்டைச் செய் என்று அனுப்பி வைத்துவிட்டார்."

"சரி. இதெல்லாம் கிடைச்ச பின்னாடி என்ன பண்ணீங்க?"

"வசதி வந்த பின்னாடி வாழவேணுமில்லையா? திருவெண்காட்டுல ஒரு பெண்ண பார்த்துக் கல்யாணம் கட்டினேன்."

"அவங்க பேரு?"

"சந்தனத்தாதி."

"ம்... ம்... மேல சொல்லுங்க?"

"சந்தோசமா குடும்பம் நடத்தினோம். தினமும் யாராவது ஒரு சிவனடியார்களுக்கோ, தொண்டர்களுக்கோ ஒருவேளை உணவு கொடுப்பதை வழக்கமாக்கி, நல்லபடி செய்தும் வந்தோம். துணைவியாருக்கு ஆண் குழந்தை பிறந்தது. சீராளன் என்று

செந்தமிழினியன் | 39

பெயர் சூட்டி வளர்த்து வந்தோம். மகனுக்கு ஐந்து அகவை ஆனது.”

“ம்... இப்போதான் முக்கியமான கட்டத்துக்கு வந்திக்கிறீங்க பரஞ்சோதி!”

“என்ன சொல்றீங்க நீங்க? ஒன்னும் புரியலையே எனக்கு!”

“ஓங்களுக்குப் புரியாதுதான். நான் கேக்குற கேள்விகளுக்கு மட்டும் பதில் சொல்லுங்க போதும்!”

“அந்த நாளில் பைரவ அடியார் வேடம் போட்டுக்கொண்டு யாராவது உங்க வீடு தேடி வந்தாங்களா?”

“ஆமா வந்தார் சிவபக்தர். கருப்பு அங்கியும், கையில் திரிசூலம் போன்ற நீண்ட கம்பும், நெத்தியில விபூதி பட்டையும், கழுத்துல உத்ராட்ச கொட்டை மாலையும், தலைக்குமேல மண்டை ஓட்டையும் வைத்திருந்தார்.”

“அவர் யாருன்னு உங்களுக்கு அடையாளம் கண்டுபிடிக்க முடிஞ்சதா?”

“இல்லையே. அவர் ஒரு சிவபக்தர். அவ்வளவுதான். வித்தியாசமான வேடம் அணிந்திருந்தார்.”

“சரி போகட்டும். உங்கிட்ட என்ன கேட்டார்?”

“உணவு வேணும்னு கேட்டார். ஆறு மாசத்திற்கு ஒரு முறைதான் சாப்பிடுவதாகவும், பசுவைக் கொன்று தான் கறி சமைத்துக் கொடுக்கவேண்டும் என்று கேட்டார்.”

“அப்போ அந்தக் காலத்துல பக்தர்கள், தொண்டர்கள் எல்லோரும் பசுமாட்டுக்கறி சாப்பிட்டுத்தான் கொழுத்திருந்தாங்க. அப்படித்தானே?”

“ஆமா. அதிலும் இவர் கொஞ்சம் வித்தியாசமான ஆளா இருந்தாரு. இளங்கன்றா இருக்கணும். உடம்புல எங்கேயும் ஊனம் இருக்கக்கூடாது. அப்படி இப்படின்னு சொல்லிட்டு, கடைசியா கேட்டாரு பாருங்க! நான் அப்படியே அதிர்ந்து போயிட்டன்.”

“அப்படி என்னதான் கேட்டாரு உங்கிட்ட அவர்?”

“வீட்டுல ஒத்த பிள்ளையா இருக்கும் அஞ்சு வயசு

பிள்ளை கறிதான் வேணும். உடம்புல ஊனம் எதுவும் இருக்கக்கூடாதுன்னு போட்டாரே போடு!"

வழக்கறிஞர் நீதிபதியைப் பார்த்துச் சொன்னார், "இவர் சொன்னதை அப்படியே குறித்துக் கொள்ளுங்கள்." நீதிபதியும் ஒரு பேப்பரில் குறித்துக் கொண்டார்.

"மேல சொல்லுங்க பரஞ்சோதி. அதுக்கு நீங்க என்ன பதில் சொன்னீங்க."

"ஒரு நிமிஷம் அப்படியே ஆடிப்போயிட்டன். சோறு போட ஆள் கூட்டி வந்தா புள்ள கறி கேக்குறானேன்னு கோவம் வந்தது. கூலி கொடுத்து நமக்கு நாமே சூனியம் வச்சிக்கிட்டோமோன்னு கூட தோணுச்சிங்க அப்போ! மனைவியிடம் இந்த விசயத்தைச் சொன்னதும் அழுது புலம்ப ஆரம்பிச்சிட்டா. ஏன் ஒத்துக்கவே மாட்டேன் என்றுகூட சொன்னா. நான்தான் ஊரு உலகத்துக்குப் பயந்து வீட்டுக்காரிக்கிட்ட நயந்து பேசி சம்மதிக்க வைக்கிறதுக் குள்ள பெரும்பாடா போச்சி."

"ம்... அப்புறம் என்ன பண்ணீங்க."

"எங்க மகன் சீராளனை அழைத்துத் தலையைத் துண்டிச்சி உடல் பகுதியைக் கறி சமைத்தோம்."

"ஏன் பரஞ்சோதி இது என்ன போர்க்களமா. எதிரியை வெட்டினேன்னு சொல்றதுக்கு. பெத்த புள்ளைய கொலை பண்ணி இருக்கீங்க. இது எவ்வளவு பெரிய குற்றம் தெரியுமா? குழந்தை வயித்தில கருவில் இருக்கிற வரைக்கும்தான் அம்மா, அப்பாவிற்கு உரிமை. குழந்தை பிறந்துட்டா அது அரசாங்கத்துக்குச் சொந்தம். அது தெரியுமா... தெரியாதா உங்களுக்கு?"

"அப்பல்லாம் ஏதுங்க இந்த மாதிரிச் சட்டமெல்லாம். மன்னரோ இல்ல வசதிப் படைத்த நிலக்கிழார்களோ வச்சதுதான். அவங்க எடுக்கறதுதான் முடிவு. யாரும் எதுவும் கேக்க முடியாது."

"சரி இப்போ அந்த வழக்கு அறமன்றத்துக்கு வந்திருக்கே. இப்போ உங்க நிலைப்பாடு என்ன?"

"எல்லாரையும் முதல்ல விசாரிங்க. அப்பறமா தீர்ப்பு என்ன ஆகுதுன்னு பாத்துக்கலாம்." என்று மிகவும் சாதாரணமாக

எந்த விதமான அச்சமுமின்றி பரஞ்சோதி சொன்னான்.

“சரி. நீங்க போய் உட்காருங்க.” என்றார் வழக்குரைஞர்.

அடுத்ததாக சந்தனத்தாதியார் அழைக்கப்பட்டாள். குற்றவாளிக் கூண்டில் வந்து நிற்கக் கேள்விகள் கேட்கப்பட்டன.

“உங்க பேரு என்னம்மா?”

“சந்தனத்தாதியார்.”

“எந்த ஊரும்மா?”

“திருவெண்காடு.”

பரஞ்சோதி உட்கார்ந்திருந்த திசையைக் காட்டி வழக்குரைஞர் கேட்டார்.

“அதோ உட்கார்ந்திருக்காரே பரஞ்சோதி. அவர்தானே உங்க கணவர்?”

“ஆமாங்க. அவரேதான் என் கணவர்.”

“சரிம்மா. உங்களுக்கு எத்தனை குழந்தைங்க?”

“ஒன்னே ஒன்னு. கண்ணே கண்ணு. சீராளன் மட்டும்தாங்க.”

“அப்புறம் எப்படிம்மா யாரோ ஒரு சிவனடியார் வந்து புள்ள கறி வேணும்னு கேட்டதுக்கு உங்கப் புள்ளைய அறுத்துச் சமைக்கிறதுக்கு எப்படி மனசு வந்தது? நீயும் ஒரு தாய்தானே?”

இதைக் கேட்டதும் ஒரு நிமிடம் ஓவெனக் கதறி அழுதாள். பின் கொஞ்சம் சமாதானமாகி விடை கூறினாள்.

“நான் எவ்வளவு சொல்லியும் என் வீட்டுக்காரர் கேக்கவே இல்லிங்க. யானை, ஆடு, மாடு, குதிரை, கோழி இப்படி எதை வேணும்னாலும் வெட்டி சமைச்சிக் கொடுக்கலாம். அவுங்க சாப்பிடுவாங்க. புள்ளைய பலி கொடுக்கிறது என்கிறது மிகவும் பாவமான செயல். பின்வரும் காலத்துல என்னை ஒரு பெண்ணாகவே மதிக்க மாட்டாங்க. தாய் என்கிற பேருக்கே களங்கமாயிடும்னு படிச்சி படிச்சி சொன்னேங்க. அந்த மனுஷன் கேக்கவே இல்ல. போர்க் களத்துல பலபேரை வெட்டிச் சாய்த்து ரத்தத்துல ஊறிப்போன முரட்டு ஜென்மம் வாளை எடுத்துப் புள்ளய வெட்டிக் கூறு போட்டுட்டான். பொம்பளைங்களுக்கு எப்பவுமே இந்த நாட்டுல சுதந்திரம்

கெடையாதுங்களே. நான் என்ன பண்ண முடியும் நீங்களே சொல்லுங்க? சமைச்சி வச்சிட்டு அந்தச் சிவனடியார சாப்பிடக் கூப்பிட்டா உங்க பையனையும் கூப்பிடுங்க. ஒன்னா உட்கார்ந்து சாப்பிடலாம்னு சொன்னாரு பாருங்க. அப்பவே எனக்கு வந்த ஆத்திரத்துக்கு ஒரு பெரிய பாராங்கல்ல தூக்கி அந்த ஆள அங்கேயே நசுக்கிச் சாகடிச்சிடணும்போல இருந்தது. வீட்டுக்காரன் சரியில்லாதப்போ நான் என்ன பண்ணமுடியும்? அழுதுகிட்டே பக்கத்திலிருந்த அறைக்கு ஓடி போயிட்டேங்க." என்று சொல்லிவிட்டு மீண்டும் கண்கலங்கி அழுதாள்.

"சரிம்மா. நீ சொல்றது எல்லாம் நியாயம்தான். ஆனா நீயும், உன் கணவரும் சேர்ந்து புள்ளைய வெட்டிக் கொன்னு இருக்கீங்களே. இதுக்கு என்ன தண்டனை கொடுப்பாங்க தெரியுமா?" என்று வழக்குரைஞர் கூற...

"அப்போ ஏதுங்க அறமன்றம்? எதுவுமே கெடையாதே. இப்போதான் புதுசு புதுசா ஆரம்பிச்சிட்டாங்க! என்ன மிஞ்சிப் போனா ஆயுள் தண்டனை. இல்லாட்டித் தூக்குத்தண்டனை குடுப்பாங்கன்னு சொல்றாங்க."

"ம்... ரொம்பத்தான் தைரியமா பேசுறம்மா. சரி சரி போய் அப்படி உட்காரு. இன்னொரு முக்கியமான குற்றவாளியை விசாரிக்கணும். நீங்க கீழ இறங்கி வாங்க."

சந்தனத்தாதி அவ்விடத்தை விட்டு நகர்ந்தாள். மூன்றாவது நபராகச் சிவனடியார் கூண்டினுள் ஏற்றப்பட்டார். வழக்குரைஞர் தன் வாதத்தைத் தொடர்ந்தார்.

"உங்க பேரு என்ன?"

"சிவன், பரமேஸ்வரன், சொக்கநாதன், சிவலிங்கம், ஈஸ்வரன், அர்த்தநாரீஸ்வரன், உமையவன், உமா மகேஸ்வரன், அம்மையப்பன், நெற்றிக்கண்ணன், இன்னும் பல பெயர்கள் எமக்கு உண்டு."

"இது சட்டப்படி குற்றம் தெரியுமா உங்களுக்கு?"

"அனைத்தும் யாம் அறிவோம்."

"சரி போகட்டும். உங்களுக்குச் சொந்த ஊரு எது?"

"யாதும் ஊரே, யாவரும் கேளீர்."

“என்ன நீங்க எதைக் கேட்டாலும் குதற்கமாகவே பதில் சொல்றீங்க?”

“இல்லை. சரியாகத்தான் பதில் கூறினேன்.”

“சரி, அது போகட்டும் விடுங்க. நீங்க அடிக்கடி ஆள் மாறாட்டம் பண்ணுவீங்களா?”

“ஆமா. என் சித்து விளையாட்டுகளில் அதுவும் ஒன்று.”

“எது சிவனடியாரா வேஷம் போட்டு பரஞ்சோதி மகனை வெட்டி சமைக்கச்சொல்லி சாப்பிடப்போனது மிகப்பெரிய கொலைக்குற்றம் இல்லையா? முறையாகப் பார்த்தால் நீங்கள்தான் முதல் குற்றவாளி.”

“அப்படியெல்லாம் தப்பாகப் பேசக்கூடாது. விசாரணை முடிந்து தீர்ப்பு சொன்னால்தான் குற்றவாளி. அதுவரைக்கும் யாரும் குற்றவாளி கிடையாது. உங்களுக்கே நல்லாத் தெரியும். நான்தான் பிள்ளைக்கறி கேட்டேன் என்பதற்குச் சாட்சி யிருக்கிறதா? இல்ல அவங்க ரெண்டு பேரும் பிள்ளைய வெட்டிக் கூறு போட்டு சமைச்சத நேரில் பாத்தவங்க யாராவது வந்து சாட்சி சொன்னாங்களா? எதன் அடிப்படையில் இங்கே எங்கள வரவழைத்து இப்படிக் கூண்டுல ஏத்திக் கேள்வி கேக்குறீங்க. நீங்க சொல்லுங்க.”

“கேள்விய நீங்க கேக்கக்கூடாது. நாங்க கேக்குற கேள்விக்கு மட்டும் ஆமாம், இல்லை. அப்படி பதில் சொல்றது மட்டும்தான் உங்க வேலை! புரிஞ்சதா?” என்றார் வழக்குரைஞர் கோபமாக.

“மனுசங்க நீங்க இப்போ பண்ற அட்டூழியத்தை விடவா நாங்க பண்ணிட்டோம்? அணுகுண்டு போட்டு அப்பாவி மக்கள அழிக்கிறீங்க. சாதி மதத்தின் பேரைச் சொல்லி படுகொலை செய்றீங்க. புதிய தொழிற்சாலைகள் என்கிற பெயரில் மக்களுக்கு நோயப் பரப்புறீங்க. சுற்றுச்சூழல கெடுத்து நாசம் பண்றீங்க. மக்கள் போராட்டம் செய்தால் தேசத் துரோகின்னு சொல்றீங்க நீங்க எல்லாம் நிரபராதிகளா?” என்று சிவனடியார் சொன்னதும் வழக்குரைஞருக்குக் கோபம் இன்னும் அதிகமானது. நீதிபதியை நோக்கிச் சொன்னார், “கனம் நீதிபதி அவர்களே இவர் வழக்கின் போக்கை திசைத் திருப்பி தப்பிக்க பார்க்கிறார். அவர் சொல்வதை எதையும் கவனத்தில் கொள்ளாமல் அவர் செய்த குற்றத்திற்கு ஏற்ற

தண்டனை வழங்குமாறு பணிவுடன் வேண்டுகிறேன் கனம் நீதிபதி அவர்களே.”

நீதிபதி குறிப்புகளை எழுதி முடித்துவிட்டுச் சபையை நோக்கிக் கூறினார்.

“இந்த வழக்கின் மீதான தீர்ப்பு அடுத்த வாரம் வெள்ளிக்கிழமை வழங்கப்படும்.” என்று சொல்லிவிட்டு, எழுந்து சபையை வணங்கி விட்டு இருக்கையிலிருந்து கீழே இறங்கினார்.

வெள்ளிக்கிழமை அறமன்றம் கும்பல் கூடி வழிந்தது தீர்ப்பு என்ன என்பதைக் கேட்க. நீதிபதி வந்தார். குமாஸ்தா வழக்கு எண், வழக்குப் பற்றிய விபரத்தைச் சொல்லிவிட்டுக் கோப்புகளை நீதிபதி முன் வைத்தார். கட்டைப் பிரித்து வாசித்தார் நீதிபதி.

“இந்த வழக்கின் விசாரணையில் குற்றம் சுமத்தப்பட்ட மூவரும் தங்களுக்கு எதிராகச் சாட்சி சொல்ல ஒருவரும் இல்லாத காரணத்தினாலும், குற்றம் செய்தது நிரூபிக்கப்படாததாலும் இந்த மூன்று பேர்கள் மீது தொடரப்பட்ட இந்த வழக்குத் தள்ளுபடி செய்யப்படுகிறது.” என்று வாசித்துவிட்டுக் கையொப்பம் போட்டு, உடனே எழுந்து போனார். அறைக்குள் இருந்த மக்கள் கூட்டம் கலைந்து செல்கையில் ஆளுக்கொரு செய்தியைச் சொல்லிக்கொண்டே போனார்கள்.

“ம்... நேற்று இரவே பெட்டிகள் இறங்கிடிச்சாம்.”

“நாளை குடும்பத்தோட ஜட்ஜ் சுவிட்சர்லாந்து போறாராம்.”

“காலம் மாறிக்கிட்டே இருக்கு. யாரு வேணாலும் என்ன வேணாலும் செஞ்சிட்டுப் பயம் இல்லாம நாட்டுல நடமாடலாம்.”

“ஒலகம் ரொம்பக் கெட்டுப்போச்சி.”

மார்ச் - 2019

நூர்ஜகான்

"கீர... கீர... அரக்கீர... சிறுக்கீர... புள்ளிச்சக்கீர... பொன்னாங்கண்ணிக்கீர..., மொடக்கத்தான்... முருங்கக்கீரே..."

தெருவில் கீரைக்காரியின் குரல் கேட்டதும் முதல் மாடியிலிருந்து தெருவை எட்டிப்பார்த்து,

"இந்தாம்மா கீர... கீழ நில்லு... இந்தா வர்றேன்." என்று குளித்த தலையில் துண்டைக் கட்டிக்கொண்டிருந்த சியாமளா படி இறங்கினாள். வாசல் படியில் அலுமினிய கூடையை இறக்கி வைத்துவிட்டுச் சோர்ந்துபோய் நின்று இருந்தாள் நூர்ஜகான். காலை பத்து மணிக்கெல்லாம் சூரியனின் தாக்கம் அதிகமா யிருந்தது. வெயிலில் நின்றிருந்தவளை வாயிலின் நிழலுக்கு வா என்று அழைத்தாள். நிழலுக்கு வந்தவள் நிற்க முடியாமல் உட்கார்ந்துவிட்டாள். துப்பட்டாவினால் முகத்தில் வழிந்த வியர்வையைத் துடைத்துக் கொண்டாள்.

"கீர கட்டு என்ன வெல, மொடக்கத்தான் எவ்வளவு?"

"எது வேணுமோ எடுத்துக்கோ. கேக்குறேன்னு தப்பா நெனைக்காதக்கா. காதடைப்பா இருக்கு. சாப்பாடு எதுனாச்சும் இருந்தா குடேன். புண்ணியமாப் போகும் உனக்கு."

“பசி” என்று கீரைக்காரி கேட்டதும் சியாமளாவிற்கு மனம் இளகிப்போனது.

“தோ இரு வர்ரேன்“ என்று சொல்லிவிட்டு மாடிக்கு ஏறிப்போய் ஹாட் பாக்சில் தான் சாப்பிட வைத்திருந்த ஐந்து இட்லியைத் தட்டில் வைத்து, தக்காளி சட்னியைப் போட்டு எடுத்துக்கொண்டு கீழே இறங்கி வந்தாள்.

“ஏன்டியம்மா, சின்ன வயசுக்காரியா இருக்கியே. எங்கனாச்சும் துணிக் கடையில, நகை கடைகள்ல போய் நிழல் வாட்டமா வேல பாக்க வேண்டியதுதானே. அதவிட்டுட்டு வேகாத வெய்யில், தலைக்குமேல கூடைய தூக்கினு அலையிறியே! கஷ்டமா இல்ல?”

“என்னக்கா பண்ணித் தொலையிறது. பொம்பளையா பொறந்துட்டாலே இந்த பாழும் ஒலகத்துல நிம்மதிய வாழ வாழியே கெடையாதுக்கா. என்ன நம்பி மூனு பொட்டப் புள்ளைங்க வீட்ல இருக்குதுவோ” என்றாள் கண்களில் நீர் வழிய.

“சரிடி. மொதல்ல இந்த இட்லிய சாப்பிடு. பிறகு ஒன் சுய புராணத்தைக் கேக்குறேன்.” என்று சொல்லி தட்டில் கொண்டு வந்து வைத்திருந்ததை நீட்டினாள். பசியின் வேதனை நூர்ஜகானின் முகமும் உடலும் சோர்ந்துபோய் இருந்தது. வாங்கி மள, மளவெனச் சாப்பிட்டாள். சாப்பிட்டதும் சொம்பில் கொண்டு வந்து தயாராய் வைத்திருந்த தண்ணீரை எடுத்து நீட்ட, வாங்கித் தெரு பக்கம் கையையும் தட்டையும் கழுவி விட்டுத் திரும்பி தட்டைக் கொடுத்துவிட்டு மீதித் தண்ணீரைக் குடித்து முடித்தாள்.

“ஆமா, நீ பாட்டுக்குப் புள்ளைங்கள விட்டுட்டுக் கீரை விக்க கௌம்பிட்டியே. அதுங்கள பாத்துக்க வீட்ல ஆள் யாராச்சும் இருக்காங்களா?” என்றாள் சியாமளா.

“யாருக்கா இருக்கா? எங்களப் போல திக்கத்தவங்களுக்குத் தெய்வம்தான் துணை. அல்லா வுட்ட வழி எதுவோ, அப்படித்தான் நடக்கும்.”

“ஏன்டி. தப்புப் பண்றது நீ. எதுக்குடி அல்லாவ நடுவுல இழுக்குற?”

“ஆமாங்கக்கா. நான் தெரிஞ்சேதான் தப்பு பண்றேன். எனக்கும், எம்புள்ளைங்களுக்கும் சாப்பாடு யாரு போடுவாங்க சொல்லுங்க? என்னோட சின்ன வயிசிலேயே வாப்பா மௌத் ஆயிட்டாரு.”

“அப்படின்னா?” புரியாமல் கேட்டாள் சியாமளா.

“செத்துப் போயிட்டாருக்கா. என்னையும், தங்கச்சி, தம்பிய வளக்க உம்மா ரொம்பக் கஷ்டப்பட்டா. வளர்ந்து பெரியவளானதும் கட்டிக்குடுக்க மிகவும் சிரமப்பட்டுக் கோட்டக்குப்பத்திலேயே பெரிய பணக்கார பாய் ஒருத்தன் கிட்ட முந்தானைய விரிச்சி சுல்தான் பேட்டையில ஒரு மாப்பிள்ளைய பாத்து நிக்காப் பண்ணி வச்சா மகராசி. அவனுக்குச் சவுதியில வேல. வருஷத்துக்கு ஒரு தடவ வர்தும் புள்ள குடுத்திட்டுப் போறதுமாதான் இருந்தான். மாசா மாசம் செலவுக்குப் பணம் அனுப்பிக்கிட்டு இருந்தான். மூனு வருஷம். அதுக்கப்பறம் என்ன ஆனான்னே தெரியல. பணமும் அனுப்புறதில்ல. எத்தன நாளைக்குத்தான் சின்னப் புள்ளைங்கள பட்னி போடறது. மாமியார் வீட்டுப் பக்கத்திலிருந்தும் எந்தக் கவனிப்பும் கிடையாது. வீட்டு வேலை செய்ய ஆரம்பிச்சேன். ஏதோ கால் வயித்துக் கஞ்சி கெடைச்சது. புள்ளைங்களுக்கு ஒரு நல்ல துணிமணி வாங்க முடியல. வீட்டு வாடகை கொடுக்கவே போதுமானதா இல்ல. என்ன பண்றதுன்னே புரியாம கொழம்பிப் போய்க் கிடந்தேங்கா.”

“அப்புறம் என்னதான்டி பண்ண?”

“சொல்றேங்கா. பொம்பளைங்களுக்குத்தான் முதலீடு இல்லா மூலதனம் இருக்கே!”

“என்னடி ஒரு மாதிரியா பேசற! அதிர்ச்சியா இருக்கு.”

“இதுல என்னக்கா அதிர்ச்சி. வீட்டுல இருக்குற சில ஆம்பிளைங்களுக்குக் கண்ணுக்கழகா பொண்டாட்டி இருந்தாலும், வீட்டு வேலைக்காரியோடயோ வெளியிலயோ பொண்ணுங்களையோ தொட்டால்தான் தூக்கமே வரும். அப்படித்தான் ஒரு வீட்டுல வேலை பாக்கும்போது அவன் வீட்டுக்காரி ஊருக்குப் போயிட்டா. என்னுடைய வறுமையை வெலபேசி அவன் தன் வெறியைத் தீத்துக்கிட்டான். பணம் கெடச்சது சின்னச் சின்ன வீட்டுப் பிரச்சனைங்க,

புள்ளைங்களுக்கு மூணு வேள சாப்பாடு கெடச்சது. நானும் இந்தப் பாழாப் போற ஒடம்ப விக்க ஆரம்பிச்சிட்டேங்கா.”

சியாமளா அதிர்ந்து போனாள். வீட்டின் வாசல் படியில் உட்கார்ந்திருந்த நூர்ஜகானை மீண்டும் ஒருமுறை முறைத்துப் பார்த்தாள். முகத்தில் ஆங்காங்கே சின்னச் சின்ன வெண் தேம்மல்கள் தெரிந்தன. தெருவில் துணிப்பை எடுத்துக் கொண்டு போகும் எதிர்வீட்டுக்காரி, “ஏன்டியம்மா சியாமளா. பேச ஆள் கெடைச்சா ஒனக்கு ஒரு நாளே பத்தாது. பாவம். வியாபாரம் செய்யிற கீரக்காரிய மடக்கி வச்சிக்கினு நேரத்த ஓட்டுறப்போல.” என்று சொல்லிக்கொண்டே போனாள். அதைக் கொஞ்சமும் சட்டை பண்ணாமல், நூர்ஜகானை விசாரித்தாள்.

“ம். ரொம்பத்தான் கஷ்டப்பட்டிருக்கிற. இந்தச் சின்ன வயசுல. கேக்கவே மனசு தாங்கமாட்டேங்குது. உன்னோட நெலம யாருக்கும் வரக்கூடாதும்மா!”

“ஆமாங்க்கா. காசுக்காக என்னவெல்லாம் செஞ்சேன் தெரியுமா? புள்ளை இல்லாத ஒரு பணக்கார வீட்டுப் பையன்கூட படுத்து புள்ள பெத்துக் குடுத்திருக்கேன். ரெண்டு லட்சம் பணம் வாங்கிக்கிட்டு. எம்புள்ளைங்க நல்லா இருக்கணும், நல்லாப் படிக்கனும், ஆளா வளரணும்னுதான் இவ்வளவு கொடுமைகளையும் தாங்கிக்கிட்டு இந்த ஊருல வாழ்ந்துக்கிட்டு வர்றேன். அக்கம் பக்கத்துல இருக்கற சனங்க என்ன ஏளனமா பாக்குறதும், பின்னாடி வாய்க்கு வந்தபடியெல்லாம் வசை பாடுறதையும் ஒரு பொழப்பாவே பண்ணிக்கிட்டுத் திரியுதுங்க. நான் அதப்பத்தியெல்லாம் கவலப்பட தயாரில்லக்கா. எனக்கு என்னோட புள்ளைங்கதான் முக்கியம். மூச்சோடக் கெடந்தன்னா அதுங்கள என்னால முடிஞ்ச அளவுக்குப் பாத்துக்குவேன். இல்லாமப் போனா அல்லா வுட்ட வழியில போவட்டும்! நம்ம கையில என்ன இருக்குதுக்கா?”

நூர்ஜகான் சொன்னதைக் கேட்டுச் சியாமளாவுக்கு மனம் என்னவோ செய்தது. ஆறுதல் வார்த்தைக்கூட சொல்ல முடியாமல் வாயடைத்துப்போய் பரிதாபமாக அவளைப் பார்த்தாள். சூழ்நிலையைப் புரிந்துகொண்ட நூர்ஜகான்,

“சரி விடுங்கக்கா. என் கதைய சொல்லி உங்களை வேதன படுத்திட்டேன். உங்களுக்கு என்ன கீர வேணுமோ எடுத்துக்கோங்க.”

முடக்கத்தான் ஒரு கட்டும், முருங்கைக்கீரை ஒரு கட்டும் எடுத்துக்கொண்டு மாடியில் சென்று வைத்துவிட்டுத் திரும்பி வந்து நூறு ரூபாய் நோட்டு ஒன்றை அவளிடம் நீட்டினாள்.

"எங்கிட்ட சில்லற இல்லக்கா. நீங்க வேணா நாளைக்குக் குடுங்க. ஒன்னும் அவசரமில்ல." என்றாள்.

"பரவாயில்லடி. இத நீயே வச்சிக்கோ. இந்தப் பக்கம் எப்போல்லா வர்றியோ அப்போது ஏதாவது கீர, காயி கொண்டாந்து கொடுத்துக் காச நேர் பண்ணிக்கோ."

"உங்களுக்குப் பெரிய மனசுதான். நான் வர்றேங்க்கா. செத்த இந்தக் கூடைய தூக்கி தலையில வக்கிறீங்களா?" என்று சொல்லிவிட்டு எழுந்தாள். சியாமளா கூடையில் ஒரு கை பிடித்து நூர்ஜகானின் தலை மீது வைத்தாள்.

மீண்டும், "கீர... கீர... அரக்கீர... சிறுக்கீர... புளிச்சக்கீர... பொன்னாங்கண்ணிக்கீர... மொளக்கீர... மொடக்கத்தான்... முருங்கைக்கீர..." என்று சத்தமாகக் குரல் கொடுத்தபடியே தெருவில் இறங்கி நடந்தாள்.

ஆகஸ்ட் - 2019

இரிசன்

இரிசனுக்கு வயது அறுபது. அண்டங்காக்கை நிறம். ஒட்டிய வயிறு. நெடுநெடுவான உயரமான ஒல்லியான தேகம். நரைத்துப்போன மீசை தாடியுடன் தோற்றமளித்தாலும் ஆள் பெரிய குடும்பி. திருமணம் ஆன இரண்டு மூன்று ஆண்டுகளிலேயே மனைவியின் தங்கையையும் தன்னோடு குடும்பத்தில் சேர்த்துக் கொண்டார். விழுப்புரம் செல்லும் சாலையில் இருக்கும் திருவண்டார்கோயில்தான் சொந்த ஊர். உள்ளூரிலேயே இருந்தால் சொந்தபந்தங்களுடன் பிரச்சனை ஏதும் பெரிதாக வந்துவிடும் என்று பயந்து முப்பது வருடங்களுக்கு முன்பே பிழைக்க வந்து சேர்ந்த இடம்தான் இலாஸ்பேட்டை சாலையில் இருந்த கொட்டுப்பாளையம். வீட்டையும், தேநீர் கடையையும் ஒரே இடத்தில் பார்த்து வைத்துக்கொண்டார். முதல் மனைவிக்கு இரண்டு பெண்களும், இரண்டு ஆண் பிள்ளைகளும் பிறந்தன. இரண்டாவது மனைவிக்கும் இரண்டு பெண் பிள்ளைகள் பிறந்தன. அவர்களை வளர்த்து ஆளாக்கி முதல் மனைவியோட ரெண்டு பெண்ணுங் களையும் தனது சொந்தத்திலேயே மாப்பிள்ளைகளைப் பார்த்து, தெரிந்த நண்பர்களிடம் கடனை வாங்கிக் கல்யாணத்தைப் பண்ணிவிட்டார். பெரிய மகன் சரியாகப் படிக்காமல் ஊர் சுற்றித் திரிந்துவர, சிறிய மகன் கல்லூரியில் படித்தான். இரண்டாவது மனைவியின் மகள் பத்தாவது படித்து விட்டு வீட்டில் இருந்தார்கள்.

சரியாக அதிகாலை நான்கு மணிக்கெல்லாம் எழுந்து குளிர்ந்த நீரில் ஒரு காக்காய் குளியலைப் போட்டுவிட்டு, அரைஞாண் கயிற்றில் கோமணத்தை இறுக்கிவிட்டு, கால் சட்டையைப் போட்டு மேலே ஈரிழைத் துண்டைக் கட்டிக்கொண்டு வந்து கல்லா பெட்டிக்கு எதிரில் இருக்கும் சாமிப் படத்தின் எதிரே கொட்டி வைத்திருக்கும் விபூதியை எடுத்து நெற்றியில் பட்டைப் போட்டுக்கொண்டு, இரண்டு காதின் மடல்களிலும் தொட்டு வைத்துக் கொண்டு, சாமிப் படத்தை வணங்கிவிட்டு வந்து அடுப்பைப் பற்ற வைத்ததிலிருந்து தேனீயைப்போல சுறுசுறுப்பாக வேலை பார்க்க ஆரம்பித்துவிடுவார். ஐந்து மணிக்கெல்லாம் வழக்கமாகத் தேநீர் குடிக்க வாடிக்கையாளர்கள் வந்து விடுவார்கள். லாஸ்பேட்டைக்குப் போகிற வழிப்போக்கர் களும் இரிசன் தேநீர் கடையில் வந்து தேநீர் குடித்துவிட்டுத்தான் செல்வார்கள். பல காலமாகச் சுவை மாறாமல், வருபவர்களிடம் முகம் சுளிக்காமல் நல்ல பெயரைத் தக்க வைத்திருந்தார். மகள்களின் திருமணத்திற்கு வாங்கிய கடன் அடைக்கவேண்டி கடையில் காலை டிபன், வடை, மதியம் பட்டை சாதமும் பகோடாவும் போட்டு வியாபாரத்தைக் கூட்டிப் பார்த்தார். வட்டி கட்டவும், குடும்பத்தைக் கவனிக்கவுமே சரியாக இருந்தது. பற்றாக் குறைக்குத் தண்டல்காரர்களிடம் பணம் ரொக்கமாக வாங்கிவிட்டுத் தினமும் மாலையில் நூறு, இருநூறு என்று தண்டல் கட்டி வந்தார்.

காலை வியாபாரம் வழக்கம்போல சூடு பிடிக்கத் தொடங்கியது.

“டபுள் ஸ்ட்ராங் ஒரு டீ.”

“எனக்குச் சக்கர கம்மியா ஒன்னு.”

“இந்தச் சொம்புல பத்து ரூபாய்க்கு லைட் டீ.”

“ஒனக்கு இன்னாடா மாமா டீ சாப்பிடறயா? வந்ததிலிருந்து பேப்பரையே பொறட்டிகினு இருக்க. வாயில என்னத்த வச்சிருக்க” என்று இரிசன் கேட்க,

“ஒரு டீ குடு மச்சான். சட்ட போட்டுக்கினு வரல. வீட்டுக்குப் போயிட்டு வரும்போது காசை எடுத்துக்குனு வர்ரேன்.” என்று கைலியும், உடல் மேல் போர்த்திய துண்டும் போட்டிருந்த ஆள் சொல்ல, இரிசன் பம்பரம்போல் வேலையில் சுழன்றார். கண்ணாடி தம்ளர்களை வரிசையாக அடுக்கி வைத்து

வெந்நீர் ஊற்றிக் கழுவினார். பின் ஒரு டபராவில் சுண்டிக் கொதித்துக் கொண்டிருந்த பாலை சிறிய குவளையில் எடுத்து அளவாகக் கண்ணாடி தம்ளர் விட்டு, டிக்காஷன் பில்டரை எடுத்து ஆட்கள் கேட்டதற்கு ஏற்ப, சாயம் இறக்கினார். அதை எடுத்து வைத்துவிட்டு அனைத்தையும் ஒரு ஆத்து ஆத்திக் கேட்டவர்களுக்கு எடுத்துச் சட்டு சட்டென்று நீட்டினார். டீ குடித்துவிட்டு காசு கொடுப்பவர்களிடமிருந்து வாங்கிக் கல்லாவில் போட்டு மீதி சில்லறை எடுத்துக் கொடுத்தார். தோட்டத்துப் பக்கம் பார்த்து உரக்கக் குரல் கொடுத்தார்.

“என்னடியம்மா பண்றீங்க எல்லாரும் உள்ளயே புகுந்துக்கினு? மணி ஏழாவப்போவுது. இன்னுமா ஒன்னும் ரெடியாவல? டிபன் கேட்டு ஆளுங்க வர்ற நேரமாச்சி. சீக்கிரமா கொண்டாந்து வைங்க. வியாபாரம் ஆவுற நேரம். யாராவது ஒருத்தங்க வந்து கல்லாவுல ஒக்காருங்க! நானே எல்லாத்தையும் பாக்க முடியுமா?”

குரல் கேட்டதுதான் தாமதம். உடனே ஒரு சில்வர் தட்டில் மசால் வடையும், மெதுவடையும் வந்தது. சின்ன மகள் வந்து கல்லாப் பெட்டி அருகே அமர்ந்தாள். இரிசன் தட்டிலிருந்து நான்கு மெதுவடைகளை எடுத்து வந்து கடைவாசலில் நின்று ஒவ்வொரு வடையையும் துண்டு துண்டாகப் பிரித்துக் கடையின் மேற்கூரையில் போட்டார். கா... கா... எனக் குரல் எழுப்பினார். காகங்கள் பறந்துவந்து கூரை மீது விழுந்து கிடந்த வடை துண்டுகளை எடுத்துச் சென்றன. பெரியவள் உள்ளே அம்மாக்கள் தயார் செய்த இட்லி, பூரிகளைக் கொண்டு வந்து பெரிய வட்டமான அலுமினியத் தட்டில் தனித்தனியே வைத்து வாழை இலையால் மூடி வைத்துவிட்டு உள்ளே சென்றாள். சின்னச் சின்ன சில்வர் வாளிகளில் தேங்காய்ச் சட்னியும், முருங்கக்காய் மணக்கும் சாம்பாரும் சூடாகக் கொண்டு வந்து வைத்துவிட்டுப் போனாள் இரண்டாவது மனைவி. காலை டிபன் சாப்பிட வருபவர்களுக்குக் கேட்டதைப் பரிமாறவும், சாப்பிட்டதற்குப் பணம் வாங்குவதையும் மகள் கவனித்துக் கொள்ள, இரிசன் தேநீர் போட்டுக் கொடுத்துக் கொண்டிருந்தார். பார்சல் கேட்பவர்களுக்குப் மந்தார இலையில் வைத்துக் கொடுத்தார். இடையே கொஞ்சம் நேரம் கிடைக்கும்போது, கூரையில் கைக்கு எட்டும் தூர இடைவெளியில் மறைத்து வைத்திருக்கும் பீடியை எடுத்துப் பற்றவைத்துக் குடித்தார். கடையின் வாசலில் ஒரு பைத்தியம் பிடித்த இளைஞன் வந்து

நின்று கையேந்திக்கொண்டு நிற்க, இரிசனின் இளையமகள் கல்லாப் பெட்டியில் இருந்த படியே போ, போ என்று சைகைக் காட்டி துரத்தினாள். இதைக் கவனித்த இரிசன் ஒரு தேநீரைப் பேப்பர் தம்ளரில் ஊற்றி அவனிடம் கொண்டு வந்து கொடுத்து இடத்தைக் காலி செய்தார். மூன்று இளைஞர்கள் டிபன் சாப்பிட வந்து உட்கார்ந்தார்கள்.

"என்னப்பா வேணும் ஒங்களுக்கு" என்று கேட்டார் இரிசன். "ஒரு செட் இட்லி, வடை, பூரி, ஒரு ரோஸ்ட்" என்றான் மூவரில் ஒருவன்.

"இங்க இட்லி, பொங்கல், பூரி, வடைதான் கெடைக்கும். தோசை, ரோஸ்ட் எல்லாம் போடறது இல்ல. பொங்கல் தரட்டுமா?"

"வேணாம். வேணாம். பூரியே குடுத்திருங்க."

இரிசன் பூரி எடுத்து வைக்க, மகள் இட்லி, வடை ஒரு தட்டில் வைத்து சட்னி, சாம்பார் ஊற்றி சாப்பிட வைத்தாள். சாப்பிட்டதும் "டீ வேணுமா" என்று கேட்க, ஒருவன் மட்டும் வாங்கிக்குடித்துவிட்டு, காசைக் கொடுத்துவிட்டுப் போனார்கள்.

கடைக்கு வரும் நெருங்கிய நண்பர்களை மச்சான், மாமா என்றே உறவுமுறைப் போட்டு அழைப்பதையும் மகிழ்ச்சியோடு கெட்டவார்த்தைகளைக் கலந்து பேசுவதையும் வழக்கமாகக் கொண்டிருந்தார் இரிசன். புதிய ஆட்கள் தேநீர் குடிக்க வந்தால், அவர்களுக்கு உண்டான மரியாதையோடு அளவாகப் பேசி, வியாபாரத்தில் குறியாக நிற்பார். கடையில் ஒரு பக்கச் சுவரில் காமராசர் படமும், எம்.ஜி.ஆர். படமும் சுவற்றில் ஒட்டி வைத்திருப்பதைக் கடைக்குத் தேநீர் குடிக்க வருவோர் எவரேனும் கேள்வி கேட்டால், சட்டென இந்தப் பதிலைத்தான் சொல்வார், "அட அது வொன்னுமில்லப்பா. படிக்கிற புள்ளயளுக்கு இந்த ரெண்டு பேரும்தான் சோறு போட்டாங்க. அதனால அவுங்க ரெண்டு பேரையும் கொஞ்சம் புடிக்கும். படத்தை வாங்கியாந்து ஒட்டி வச்சிருக்கேன். அவ்வளவுதான்."

"ஏன், மத்த தலைவர்கள் யாரும் எதுவும் செய்யலையா?" என மறு கேள்வி கேட்டால்,

"மக்களுக்குச் செய்றாங்களோ இல்லையோ, தங்களோட குடும்பத்தை நல்லா வளத்துச் செல்வ செழிப்போட

இருக்குறானுங்க. நான் இங்க நாள் முழுக்க நின்னு நெருப்புல வெந்தாத்தான் வயித்துக்குச் சோறு. வெட்டிக் கதையெல்லாம் நமக்கு எதுக்கு? வந்தியா டீய குடிச்சியா, நடைய கட்டு" எனச் சட்டென்று பேச்சை முடித்துவிட்டு ஆகவேண்டிய வேலைகளைக் கவனிப்பார்.

சேம்பல்பேட் செபஸ்டீன் சவானா மில்லில் தறி வேலை பார்த்து ஓய்வு பெற்றவர். இரிசனோட நெருங்கிய நண்பர்களில் ஒருவர். மாலை ஏழு மணிக்குமேல் இருவரும் ஒன்றாகச் சேர்ந்துதான் லாஸ்பேட்டை சாராயக் கடைக்குச் சரக்குச் சாப்பிட ஒன்றாகப் போய் வருவது வழக்கம். நடந்துபோகும்போது ஊர் கதைகள் அனைத்தையும் பேசிக்கொண்டே போவார்கள். கடையில் நடந்த சுவாரஸ்யமான விஷயங்களை இரிசன் சொல்ல செபஸ்டீன் ஆர்வமாகக் கேட்டுக்கொண்டே வருவார். இரிசன் ஒல்லியான ஆள் என்பதால் நடையில் எப்போதுமே ஒரு வேகம் இருக்கும். ஆனால் செபஸ்டியன் கொஞ்சம் தொப்பைப் போட்டுப் பெருத்து இருப்பார். இதனால் நடக்கும்போதெல்லாம் இரிசனைக் கடிந்து கொள்வார், "எதுக்குடா மாமா இப்படி வேகமா ஓடற. கூட வர்ற ஆளோட கஷ்டத்தையும் புரிஞ்சு நடடா" என்பார்.

"ஆமா, கண்டதையும் தின்னா, ஒடம்பு ஊதித்தான் போவும். பொண்டாட்டிகூட படுக்கவும் முடியாது. ஓடி ஆடி வேல பாக்கவும் முடியாம கஷ்டப்படவேண்டியதுதான். நான் சாதாரணமா நடக்குறதையே வேகம்னு சொன்னா, வேகமா நடந்தா ஓடுறேன்னு சொன்னாலும் சொல்லுவடா மச்சான்."

"என்னடா மாமா பண்றது. வாயைக் கட்ட முடியல. குண்டி கொழுத்துப் போச்சி. உன்ன மாதிரி ஒட்டடக் குச்சியாட்டம் இருந்திருந்தா, நானும் சந்தோஷத்துக்கு இன்னொரு சின்ன வீடு செட்டப் பண்ணி இருக்கலாம். அதுக்கெல்லாம் ஒரு மச்சம் வேணும்டா மாமா."

"அதெல்லாம் ஒரு மயிரும் வேணாம்டா மச்சான்! கையில் கொஞ்சம் காசும், ஒடம்புல தெம்பும் இருந்தா போதும்டா. இப்போ என்னையே எடுத்துக்கோயேன். வீட்டுல ரெண்டு பேரு இருக்காளுங்க. இருந்தாலும் நம்ம ஊருக்குள்ளாறயே

நானு கோமணத்தை அவுத்த ஊடுங்க எவ்வளவு இருக்கும் தெரியுமா ஒனக்கு? நீ எப்பவுமே கஞ்சப்பிசநாரிப் பய! ஒனக்கு இந்த மாதிரி விஷயமெல்லாம் சரிப்பட்டே வராது மச்சான். இருக்கிற காலத்தைச் சரக்கு சாட்டுப் பதமா ஓட்டிட்டுப் போய் சேர்ற வேலைய பார்றா."

"நீ பெரிய வேலக்காரன்தான்டா. மாமா ஒத்துக்கறன். இப்படி ஓரமா வா. எதிர்ல வர்ற டவுன் பஸ்ஸூக்காரன் தட்டிட்டுப் போயிடப் போறான்." என்று சொல்லி சாலையில் நடந்து வந்து கொண்டிருந்த இரிசனின் கையைப் பிடித்து ஓரமாக இழுக்க எதிரே வேகமாக வந்த நகரப் பேருந்து தூசியை வாரி இறைத்தபடி இவர்களைக் கடந்து சென்றது. சற்று நேரத்திற்கெல்லாம் சாராயக் கடைக்குள் நுழைந்து தேவையானதை வாங்கி வந்து, நத்தைப் பொரியல் செய்து விற்கும் கிழவிக் கடைக்கு அருகில் அமர்ந்து குடித்துவிட்டு நத்தைப் பொரியல் காரமாக வாங்கிச் சாப்பிட்டுவிட்டு வீடு திரும்பும்போது இரவு ஒன்பது மணி ஆகிப்போய்விடும். அதன் பிறகு, வீட்டில் கொடுக்கும் வெந்த சோறும், பழைய மீன் குழம்போ, கருவாட்டுக் குழம்பையோ கலந்து சாப்பிட்டுவிட்டு வந்து கடையின் வாசலை அடைத்தது போல கயிற்றுக் கட்டிலைப் போட்டு, பீடியைக் குடித்துவிட்டுப் படுத்தவுடனேயே தூங்கி விடுவார்.

ஞாயிற்றுக்கிழமை அரைநாள்தான் வியாபாரம் இருக்கும். பிற்பகல் கடை விடுமுறை. ஆனால் குடும்பத்தின் பிரச்சனைகள் எல்லாமே குடும்பத்தின் உறுப்பினர்கள் ஆளுக்கொருவராக இவரிடம் முறையீடு செய்வார்கள். எவருக்கும் சளைக்காமல் அவர்களுக்கான பதிலைத் தான் எப்போதும் பேசும் அசிங்கமான வார்த்தைகளைக் கலந்தே அனாசியமாகச் சொல்லி விடுவார். உரலில் அரிசி மாவு அரைத்துக்கொண்டே, முதல் மனைவி தன் மூத்தமகனுக்கு மோட்டார் சைக்கிளும், இரண்டாவது மகனுக்குக் காலேஜ் பீசும் கேட்க...

"ஏன்டி அறிவுகெட்ட சிறுக்கி. ஒன்னோட மூத்தமவன் கூடுவாரோடு கூடி ஒழுங்காப் படிக்காம ஊர சுத்தி வர்றதுக்கு வண்டி கேக்கறாரோ. ஆளும் பூலுமா வளந்துட்டா பெரிய ஆளு நெனப்பு அவனுக்கு. எங்கனாச்சும் போயி சித்தாளு வேல பாத்து, காசு சம்பாரிச்சி வண்டிய வாங்கிக்கச் சொல்லு. எங்கிட்ட

வந்து எந்த மசிரையும் சிம்ப வேணாம்னு சொல்லிவையி அந்தத் தெருப்பொறுக்கி நாயிகிட்ட. சின்னவனுக்கு காலேஜ்பீசு ரெண்டு நாள் தோது பண்ணிக் கொடுக்கறன். ஒழுங்கா படிச்சி முன்னேற்ற வழிய பாக்கச்சொல்லு! ஆமா. நீ ஒண்டியம்மா சும்மா இருக்க. ஒனக்கு என்ன வேணும் சொல்லித்தொல. மனசுலேயே போட்டுக்கினு வேவாத."

என்று தோட்டத்து வாசல் படியில் அமர்ந்து தலை சீவிக் கொண்டிருந்த இரண்டாம் மனைவியைப் பார்த்துக் கேட்டான் இரிசன்.

"ம்... எனக்கு ஒன்னும் வேணாம். ரெண்டு பொட்டக் கழுதைகளைப் பெத்து வச்சிருக்கோமே. அதுங்களுக்குக் காலா காலத்துல ஒரு வழி பண்ணிட்டா அது போதும் எனக்கு. அதுங்களும் சமைஞ்சி ஏழெட்டு வருஷமாச்சி. கையில காதுல போடறதுக்குக் கூட ஒன்னும் இல்லாமதான் செவனேன்னு ஊட்டு வேலைய செஞ்சிக்கிட்டுக் கெடக்குதுவோ..." என்றாள்.

"ஒத்தா! நீ எப்போ வாயத் தெறந்தாலும் பொண்ணுங்க நகை, நட்டு இல்லாம கெடக்குதுங்க. கல்யாணத்தைப் பண்ணிடனும்ங்கற பேச்சுத்தான். நான் என்ன கையில காசு, பணம் வச்சிக்கிட்டாடி புள்ளைங்களுக்கு நகை வாங்கிப் போடாம இருக்குறன். சம்பாதிக்கிறது நம்ப குடும்பச் செலவுக்கும், கடைக்கும் ரொட்டேஷன் பண்ணவே சரியா இருக்குது. அப்படி என்ன இவளுங்களுக்கு வயசாயிடுத்து. பெரியவளுக்கு மூணு கழுத வயசு. சின்னவளுக்கு ரெண்டு கழுத வயசுதான் ஆவுது. அதுக்குள்ள அவுத்துப்போட்டு ஆடற. அது அதுக்கு நேரங்காலம் வந்தா எவனாவது வந்து கட்டிக்கினு போகப்போறான். இல்ல இதுவா எவனையாவது பாத்து இழுத்துக்கினு ஓடிப்போனாலும் ஆச்சி. நம்மளோட குடும்பச் சூழ்நெல நல்லாத் தெரிஞ்சும் ஒரு வருஷமா தேய்ஞ் சிப்போன ரெக்கார்ட்பிளேயர் மாதிரி இதே பாட்டத்தான் பாடிக்கினு இருக்குற நீயி." என்று சொல்லி கோபமாக நாக்கை மடித்துக் கடித்துக் காட்டினார்.

"ஏன்யா. நாலு பொண்ணுங்களப் பெத்த அப்பன் மாதிரியாப் பேசற! கொஞ்சம்கூட பொறுப்பே இல்லாம. இழுத்துக்கினு ஓடிப் போனாலும் பரவாயில்லன்னு வாய்க் கூசாம சொல்றியே, உன் புத்தி உன்ன உட்டு எப்படிப் போவும். எங்கக்காவக் கட்டிக்கினு

ஊட்டுக்குத் தெரியாம, ஊருக்குத் தெரியாம, எனக்குப் புள்ள குடுத்துட்டு இழுத்துக்கினு ஓடி வந்த வீராதிவீரன். சூராதி சூரன் இல்லயா நீயி. உன்னோட வாயிலிருந்த நல்ல வார்த்த எப்படி வரும்? என்னமோ கருமம், எங்களோட தலையெழுத்து, ஓங்கிட்ட மாட்டிக்கினு முழிக்கனும்ம்னு இருக்குது. ஏதாவது பண்ணித்தொல. நானு தோப்புக்குக் கௌம்புறேன்." என்று சொல்லிவிட்டு சீவிக்கொண்டிருந்த தலைமுடியைச் சுற்றிக் கொண்டை போட்டுக்கொண்டு எழுந்து கிளம்பினாள்.

கோபம் உச்சிக்கு ஏறியது இரிசனுக்கு. நடு வீட்டில் மரத்தூணில் சாய்ந்து உட்கார்ந்திருந்தபடியே பக்கத்திலிருந்த பீடி கட்டிலிருந்து ஒரு பீடியை எடுத்து வாயில் பொருத்தி, நெருப்பு மூட்டி கப்பு... கப்பு... என இரண்டு இழுப்புகள் மூக்கின் வழியே புகையை விட்டு...

"பாத்தியாடி... ஓன் தங்கச்சி பேசிட்டுப் போறத. ஒரு ஆம்பளன்னுகூட பாக்காம வாயில வந்தபடியெல்லாம் பேசறா தேவுடியாமுண்ட! உங்களுக்காகத்தானடி நான் படாதபாடு பட்டுக்கினு கெடக்கறேன்."

பீடியை மறுபடியும் வாயில் வைத்து ஒரு இழுப்பு இழுத்தார். மாவு அரைத்துக் கொண்டிருந்த முதல் மனைவி எந்தப் பதற்றமும் இல்லாமல் பதில் சொன்னாள்.

"இதெல்லாம் இப்பப் பேசி என்ன புண்ணியம்? கோமணத்தக் கண்ட எடத்துல அவுக்குறதுக்கு முன்னால யோசிச்சி இருக்கணும்."

ஊசியால் குத்துவது போல இருந்தது இரிசனுக்கு. எதுவும் மேற்கொண்டு பேசாமல் துண்டை எடுத்துத் தோளில் போட்டுக் கொண்டு வீட்டை விட்டு வெளியேறினார்.

செப்டம்பர் - 2019

கிரிடுகோதாவரி

பிப்ரவரி-29 !

தாஸ்மானியா முதல்வர் ஜேம்ஸ்வில்சன் பிறந்ததும் இறந்ததும் இந்தத் தேதியில்தான். இந்தியாவின் நான்காவது பிரதமர் மொரார்ஜி தேசாய் பிறந்தநாளும் இதுதான். நம்ப கதையின் நாயகன் கிரிடுகோதாவரி பிறந்ததும் இதே தேதியில்தான். ஆளைப் பார்க்கும்போதே வித்தியாசமான ஆள்தான் என்பதை எவரும் சீக்கிரத்தில் கண்டுபிடித்துவிடும் ஒப்பனையிலேதான் வலம் வருவான். பத்து விரல்களிலும் மோதிரம் போட்டிருப்பான். கட்டைவிரல்கள் இரண்டிலும் சிங்கம் முகம் பொறித்த மோதிரம். நடுவிரல்களில் சிகப்புக் கல் வைத்த மோதிரம். மோதிர விரல்களில் சதுர வடிவிலான வெள்ளை முத்து வைத்தது போலவும் சுண்டு விரல் ஆட்காட்டி விரல்கள் இரண்டிலும் ஸ்டீல் வளையம் போட்டிருப்பான். கழுத்தில் பெரிய ருத்ராட்ச கொட்டையுடன் ஒரு கருப்புக் கயிறு அதன் கீழே தொங்கும்படியானதொரு வெள்ளி சங்கிலி, அதைத் தாண்டி சற்று நீளமாகத் தொங்கும் படிகமணி. இரண்டு காதிலும் கடுக்கன் போட்டிருப்பான். இடது கையில் ஸ்டீல் வளையம், ஆரஞ்சு வண்ண கயிறு, கருப்பு கயிறுகள் கட்டியிருப்பான். தலையில் தொப்பிப் போட்டுக்கொண்டு அதன்மேல் ஹெட்போனைப் பொருத்திக்கொண்டுதான் மிதிவண்டியில் வலம் வருவான்.

இவன் பிறந்தது பாண்டிச்சேரி யூனியன் கட்டுப்பாட்டில் ஆந்திர மாநிலத்தின் காக்கிநாடா அருகே உள்ள ஏனாம் பகுதியின் கோதாவரி ஆற்றின் கிளை ஆறான கௌதமி ஆற்றின் கரையோரம் வாழும் மீனவ சமுதாயத்தில். இவன் தந்தையாருக்கு அரசு வேலை கிடைத்து குடும்பத்துடன் பாண்டிச்சேரி வந்து குயவர்பாளையம் லெனின் வீதியில் இருந்து பிரியும் மிகக் குறுகிய தெருவான நல்லத்தண்ணி கிணறு தெருவில் ஒரு வீட்டை வாங்கி இங்கேயே தங்கிவிட்டார்கள். இவனோடு பிறந்த தங்கை வளர்ந்து ஆளானதும் தங்கள் சொந்தத்திலேயே ஏனத்தில் மாப்பிள்ளை பார்த்துத் திருமணம் செய்து வைத்துவிட்டார்கள். இவன் மட்டும் திருமணம் செய்து கொள்ளாமலே இருந்தான். அப்பாவும், அம்மாவும் முடிந்தவரை சொல்லிப் பார்த்துவிட்டார்கள். இவன் மட்டும் திருமணம் செய்து கொள்ளாமலே இருந்தான். ஒருவர் பின் ஒருவராக இறந்துபோனார்கள். வீட்டில் தனியாளாக மாறிப் போனான். எப்படியோ ஏனம் ச.ம.உறுப்பினரைப் பிடித்து, அவருடைய பரிந்துரையின்பேரில் கல்வித் துறையில் அட்டண்டர் வேலையை வாங்கிவிட்டான். இலாஸ்பேட்டை சமுதாயக் கல்லூரியில் பணி இடமாக அனுப்பிவைக்கப்பட்டான்.

காலையில் எழுந்ததும் சாரம் பாலத்தின் அருகே நகராட்சி கட்டடத்தில் இருக்கும் தேநீர் கடையில் வந்து தேநீர் வாங்கிக் குடித்து மிதிவண்டியில் கடற்கரைக்குச் செல்வான். தடுப்புக் கட்டையில் அமர்ந்துகொண்டு, நடப்பவர்கள், ஓடுபவர்களைப் பார்த்து ரசித்துக்கொண்டிருப்பான். ஒரு மணி நேரம் கழித்து வீடு திரும்பி பச்சைத் தண்ணீரை எடுத்துத் தலையில் ஊற்றி குளித்துவிட்டு, துண்டை இடுப்பில் கட்டிக் கொண்டு கிழக்குத் திசையை நோக்கி சூரிய நமஸ்காரம் செய்வான். பின் ஒன்பதுமுறை தோப்புக்கரணம் போட்டுவிட்டுத் தலையில் இரண்டு கைகளையும் மாற்றி மாற்றி கொட்டிக் கொள்வான். முடிந்தவுடன் ஒரு வாளி தண்ணீரும் அதில் திட்டமான ஒரு செப்பு சொம்பும் எடுத்துக்கொண்டு வாசலுக்கு வருவான். வீடு வடக்குப் பார்த்த வாசல் கொண்டது. சுவற்றில் சின்ன பிள்ளையார் சிலை ஒன்றைப் பொருத்தி வைத்திருப்பான். நாள்தோறும் தண்ணீர் விட்டுக் கழுவி, சந்தனத்தில் பொட்டு வைத்து, கைக்குட்டை அளவிலான துணியால் வேட்டிக் கட்டி, கற்பூர ஆராதனை காட்டி, கைகூப்பி வணங்குவான். கை விரித்து வணங்குவான். மீண்டும் ஒன்பது தோப்புக் கரணம் போடுவான்.

வெள்ளிக்கிழமை என்றால் ஒரு இளநீரும், பால் பாக்கெட்டும் சிறப்பு அபிஷேகம் நடக்கும். அந்த நல்லத் தண்ணி கிணறு தெருவில் வசிக்கும் ஆண்களும், பெண்களும் இவனுடைய செயலைக் கண்டு சிரித்துக்கொண்டே ரசிப்பார்கள். இவன் எதைப் பற்றியும் கவலை கொள்வதே கிடையாது.

வேலை நாட்களில் சரியாகக் காலை 8.30 மணிக்கெல்லாம் மிதிவண்டியில் வீட்டிலிருந்து கிளம்பி விடுவான். நேராகச் சென்று விமானதளச் சாலையில் திருமுருகன் ஸ்டோர் வாசலில் வண்டியை நிறுத்திவிட்டுக் கடையில் தேவைக்கேற்ப ரூ 100, 150, 200 எனக் கேட்டு வாங்கிக்கொள்வான். கையோடு இரண்டு லிட்டர் மினரல் வாட்டர் ஒன்றும் வாங்கிக்கொண்டு தன் கணக்கில் வரவு வைத்துக்கொள்ள சொல்லிவிட்டு, போகும் வழியிலேயே ஒரு சின்ன ஓட்டலில் டிபனை முடித்துக்கொண்டு கல்லூரிக்குப் போய்விடுவான். இவனுக்குச் சமைக்கத் தெரியாதது ஒரு குறையாக இருந்தாலும் அதைவிட முக்கியமான ஒன்றும் இவனிடத்தில் இருந்தது. ஞாபக மறதி. அலுவலகத்தில் கொடுக்கும் கோப்புகளை மாற்றி மாற்றிக் கொடுத்துவிட்டு வருவது. பிறகு மறுபடியும் போய் அதைச் சரிசெய்து கொடுப்பது. கடையில் மோர், குளிர்பானங்கள் வாங்கிக் கொண்டு வீட்டிற்குப் போய்விடுவான். அரை மணிநேரம் கழித்துத் திரும்பி வந்து கடைக்காரரிடம் உரிமையாக “ஏம்பா கூல்ட்ரிங்ஸ் குடுத்தா ஸ்ட்ரா கொடுக்கணும்னு தெரியாதா? நான்தான் மறந்துட்டேன். நீங்களாவது கூப்புட்டுக் குடுக்கலாம்ல. என்ன ஏம்பா அலைய உடறீங்க? ம்” என்று சத்தம் போடுவான்.

ஒருநாள் தன் மிதிவண்டியைக் கல்லூரியிலேயே மறந்துவிட்டுப் படிக்கின்ற மாணவிகளோடு பேசிக்கொண்டே விமானதள சாலையில் திருமுருகன் ஸ்டோர் வரை வந்துவிட்டான். கடையில் மிக்சர், காராசேவு பாக்கெட் வாங்கிக் கொண்டான். கடலை மிட்டாய் இரண்டு எடுத்து அங்கேயே சாப்பிட்டபின் இரண்டு லிட்டர் மினரல் பாட்டில் வாங்கிக் கொண்டு “கணக்கைச் சரியா எழுதிக்கங்க என்ன?” என்று சொல்லிவிட்டுக் கடைவாசலில் வண்டியைத் தேடினான். காணவில்லை என்றதும் கடையில் பக்கத்தில் நிற்பவர்களிடம் தன் மிதிவண்டியைக் காணவில்லை நீங்கள் பார்த்தீர்களா என்று பரபரப்பாகக் கேட்டுக் கொண்டு

திகிலடைந்தவனாய் இருந்தவனைக் கவனித்த கடைக்காரர் இவன் நடந்து வந்ததை நினைவுபடுத்தினார்.

“வரும்போது காலேஜ் பசங்களோட பேசிக்கினு நடந்தே தான வந்தீங்க? அப்புறம் எப்படி சைக்கிள் இங்க இருக்கும். ஒருவேள காலேஜிலேயே மறந்து கிறந்து விட்டுட்டு வந்துட்டீங்களோ? உங்க பேண்ட் பையில கைவிட்டுப் பாருங்க வண்டி சாவி உங்கக் கிட்டதான இருக்கும்” என்றார். அவர் சொன்ன பிறகுதான் இவனுக்கு நினைவு வந்தது. பேண்ட் பாக்கெட்டில் கையை நுழைத்தான். வண்டி சாவி கைகளில் சிக்கியது.

“ஆமா மறந்துட்டேன் போல இருக்குது. சரி கடைக்காரரே இந்தத் தண்ணி பாட்டிலையும், பொட்டலங்களையும் தனியா வையுங்க. நான் போய் வண்டிய எடுத்துக்கினு வந்துடறேன்“ என்று எந்தவொரு பதற்றமும் இன்றி கடைவாசலை விட்டு இறங்கி நடந்தான். ஏதோ அலங்கரிக்கப்பட்ட குதிரை நடப்பதுபோல் இருந்தது அவனது நடை.

கிரிடுகோதாவரியைப் பெயர் சொல்லி அழைப்பவர்கள் வெகு சிலர்தான். மற்றவர்கள் அனைவரும் அவனுக்கு வைத்துள்ள பட்டப்பெயர் அரமர (அரைமரை). அப்படித்தான் பல இடங்களில் மாற்றி மாற்றிப் பேசுவான். விஜயகாந்த் அரசியலுக்கு வருவதற்கு அனைத்து வழிமுறைகளையும் தான்தான் சொல்லிக் கொடுத்தேன் என்பான். 2013இல் அமெரிக்கா மத்திய அரசு பெரும் சிக்கலுக்கு உள்ளானது. எட்டு இலட்சம் ஊழியர்கள் கட்டாய விடுப்பில் அனுப்பப்பட்டனர். அக்டோபர் 1 முதல் 16 நாட்கள். அப்போ ஜனாதிபதி ஒபாமாவுக்கு நான்தான் போனில் பேசி பிரச்னைகளைச் சரிசெய்து கொடுத்தேன். சொன்னா நீங்க நம்பவா போறீங்க!” என்று கேட்பான். உடன் பணி புரிபவர்கள் யாரேனும் இவனிடம், “ஏம்பா, கவர்ன்மெண்ட் வேலையில இருக்குற. கை நிறைய சம்பாதிக்குற. ஏதாவது ஒரு பொண்ணைப் பாத்துக் கல்யாணம் கட்டிக்கினு குடும்பம், புள்ள குடடிங்கன்னு சந்தோசமா காலத்தை ஓட்டறத விட்டுட்டு இப்படி ஒண்டிக் கட்டையா ஓட்டல்ல வாங்கித் தின்னுட்டுக் கெடக்கறியே... ஒனக்கென்ன தலையெழுத்தா?” என்று கேட்டால், “யார் சொன்னது எனக்குக் கல்யாணம் ஆகலன்னு? எனக்கு வேலைக்கு வர்றதுக்கு முன்னாடியே கல்யாணம் ஆயிடுச்சி. ஒரு பொண்ணு கூட இருக்குறா! லண்டன்ல டாக்டருக்குப்

படிக்கிறா! அவகூட தொணைக்கு எம் பொண்டாட்டியும்கூட போய் இருந்து பாத்துக்கறா! நான்தான் வெளிநாட்டுக்கெல்லாம் வரமுடியாதுன்னு சொல்லிட்டேன்" என்பான். திருமுருகன் ஸ்டோர் கடைவாசலில் பழகிய நண்பர்கள் யாராவது கேட்டால் மறுபடியும் மாற்றிச் சொல்வான்.

"எனக்கு எதுக்குக் கல்யாணம்? நானு இப்போ சந்தோஷமாத்தான் இருக்கேன். பொண்டாட்டி, புள்ளக் குட்டிங்க எல்லாம் வாழ்க்கையில ரொம்பவும் ரோதனப்பா. ஆசப்பட்டமா எங்கனாச்சும் காச குடுத்துட்டு விழுந்து எழுந்து வந்துட வேண்டியதுதான். எவனாச்சும் ஒருவேளை சாப்பாட்டுக்குப் போய் ஓட்டலையே வெலைக்கு வாங்குவானா? கூலி குடுத்து சூனியம் வச்சிக்க நானு தயார் இல்லப்பா... ஆள விடுங்க சாமி" என்பான்.

நல்லத் தண்ணி கிணறு தெருவில் இருக்கும் அக்கம், பக்கத்து வீட்டில் இருக்கும் சிறுபிள்ளைகளுக்குப் பிஸ்கெட், சாக்லெட் என வாரத்துக்கு இரண்டு முறை வாங்கிச் சென்று கொடுப்பான். அதேபோல கல்லூரியில் தேர்வு வரும் நேரத்தில் படிக்கின்ற மாணவ, மாணவிகளுக்குத் தன் சொந்தச் செலவில் பேனா, பென்சில், ரப்பர் என வாங்கிக் கொண்டுபோய் கொடுப்பான். "எதுக்கப்பா இப்படி வீண் செலவு பண்ற" என்று கேட்டால், "படிக்கிற புள்ளைங்கள என்கிரேஜ் பண்றேன். அதுங்க மொகத்துல ஒரு சந்தோஷம் வரும். தேர்வு எழுதும்போது நல்லா எழுதுவாங்க இல்ல! அதுக்குத்தான்." என்பான்.

மாதச்சம்பளம் கைக்கு வந்தவுடனேயே முதல் வேலையாகத் திருமுருகன் ஸ்டோருக்குச் சென்று வாங்கிய கடன் குறிப்பு அட்டைகளை வாங்கிச் சரிபார்த்துப் பதினெட்டாயிரம். இருபதாயிரம், எதுவாயினும் கொடுத்துவிடுவான். வாரத்தில் சனிக்கிழமை இரவு என்றாலே கூடுதல் சந்தோஷத்தில் நிறைந்திருப்பான். ஒரு பாட்டில் பியர், ஒரு பாக்கெட் சிகரெட் வாங்கி வந்துவிடுவான். வீட்டின் கதவைத் தாழ்ப்போட்டுவிட்டு யாருக்கும் தெரியாமல் வாங்கி வந்த நீலப்படத்தை டிவியில் போட்டு ரசித்துக்கொண்டே பியரைச் சுவைத்துக் குடிப்பான். படுக்கைக்குப் போவதற்கு அதிகாலை இரண்டு மூன்று மணி ஆகிப்போகும்.

ஒருநாள் பிற்பகல் இரண்டு மணி இருக்கும். வியர்க்க விறுவிறுக்க மிதிவண்டியில் வந்து கடைவாசலில் வண்டியை ஸ்டாண்டு போட்டு நிறுத்திவிட்டுக் கடைக்குள் வந்தான் கிரிடுகோதாவரி. வியாபாரம் இன்றி கடைக்காரர் தனியாகத்தான் இருந்தார்.

"கடக்காரரே! உங்கக்கிட்ட ஒரு முக்கியமான விஷயம் சொல்றேன். கேட்டுக்கோங்க."

"என்ன விஷயம். பதற்றப்படாம நிதானமா சொல்லு?"

"என்ன கொல்ல சதித்திட்டம் நடக்குது."

"யாருப்பா? உன்ன எதுக்குக் கொல்லணும்? நீதான் எந்த வம்புத் தும்புக்கும் போவாத ஆளாச்சே? உனக்கு யாரு எதிரிங்க வரப் போறாங்க? ஏன் தேவை இல்லாம நீயே உன்ன கொழப்பிக்கிற! பேசாமப் போய் வேலையப் பாரு!"

"இல்ல கடக்கார். உங்களுக்குத் தெரியாது. என்னக் கொன்னுட்டு என் வீட்ட அபகரிக்கப் பாக்கறாங்க! இத நான் சும்மா விடப்போறதில்ல."

கடைக்காரர் மனதுக்குள்ளேயே சிரித்தபடி கேட்டார்.

"சரி மேற்கொண்டு என்ன செய்யப்போற நீ? வேணும்னா போலீஸ் ஸ்டேஷனில் ஒரு கம்ப்ளெய்ன்ட் எழுதிக் குடு."

"ம்... அதெல்லாம் நான் செய்யமாட்டேன் கடக்கார். என்னோட லெவலே வேற! இன்னைக்கு ராத்திரியே நரேந்திரமோடி கிட்ட போன்ல பேசி இதுக்கு ஒரு முடிவு கட்றேன். அப்போ தெரிஞ்சிக்கோங்க. என்னோட கெப்பாசிட்டி என்னன்னு" என்று சொல்லிவிட்டு வேகமாக மிதிவண்டியை எடுத்துக் கிளம்பினான். கடைக்காரருக்குச் சிரிப்பு தாங்க முடியவில்லை, இந்த அரமரயின் பேச்சைக் கேட்டு.

சனவரி - 2020

பிருந்தாஜினி

வேகமாக ஒலி எழுப்பியபடியே வந்த லாரி சட்டென்று பிரேக் பிடித்து நின்றது. டயர்கள் சாலையில் தேய்ந்து 'கிரீச்' என்ற சத்தம் எழுப்பின. சாலையின் இரு ஓரங்களிலும் கடை வைத்திருந்த வியாபாரிகள் என்னமோ... ஏதோ வென்று கடையைவிட்டு வெளியே ஓடிவந்து பார்க்க, பச்சை வண்ணத்தில் வெள்ளை பூ போட்ட சுடிதார் அணிந்த பதினைந்து வயது பெண் ஒருத்தி தோளில் மாட்டிய நீண்ட துணிப் பையுடன் எந்த வித பதற்றமும் இன்றி சாலையைக் கடந்துகொண்டிருந்தாள். இதைக் கண்ட ஒரு சில இளைஞர்கள் ஓடிச்சென்று அந்தப் பெண்ணை பத்திரமாக சாலையின் ஓரத்திற்கு அழைத்து வந்தார்கள். ஒன்றும் புரியாமல் விழித்தாள் அவள்.

லாரி ஓட்டுநர் எட்டிப் பார்த்து

"ஏய் சனியன ஒனக்கு சாவறதுக்கு என் வண்டிதான் கெடைச்சிதா? மூதேவி ரோட்ட கிராஸ் பண்ணும் போது ரெண்டு பக்கமும் பார்த்துட்டு போவணும்னு ஒனக்கு யாருமே சொல்லிக் குடுக்கலியா? ஓத்தா வந்த வேகத்துக்கு குடுத்திருந்தேனா இந்நேரம் பரலோகத்துக்கு போய் சேந்திருப்ப. என்னமோ உன்னோட நல்லநேரம் போ..." என்று திட்டிவிட்டு லாரியை கிளப்பிச் சென்றான்.

அவளைச் சூழ்ந்து நின்ற இளைஞர்களும், கடைக்காரர்களும் ஆளுக்கொன்று சொன்னார்கள்.

“ஏம்மா ரோட்டத் தாண்டி வரும்போது பாத்து வரக்கூடாது?”

“கொஞ்சம் மிஸ்ஸாயி இருந்தா இன்னேரம் இன்னா நடந்திருக்கும் தெரியுமா?”

“வெளிய வரும் போது வீட்டுல இருந்து பெரியவங்க யாரையாவது தொணைக்கு கூட்டி வரலாம்ல?” என்று பேசியவர்களின் உதட்டசைவுகளை மட்டும் உன்னிப்பாக கவனித்த அவள் வாய்திறந்து எதுவுமே பேச வில்லை. துன்பம் தோய்ந்த முகத்துடன் இரு கரத்தையும் கூப்பி வணக்கம் சொல்லி விட்டு மௌனமாக அந்த இடத்தை விடடு நடக்கத் தொடங்கினாள்.

இவள் பெயர் பிருந்தாஜினி ஈழத்து அகதிப்பெண், கீழ்புத்துப்பட்டு அகதிகள் முகாமில், அம்மாவோடு வாழ்ந்து வரும் இவளுக்கு வாய் பேசமுடியாது, காதும் சுத்தமாகக் கேட்காது. இன்னும் கொடுமை என்னவென்றால் ஈழத்தில் நடந்த போர் கால குண்டு வெடிப்பில் இவளுடைய அப்பாவிற்கு குண்டடிபட்டு இடுப்பிற்குக் கீழ் இரண்டு கால்களும் முழுமையாக செயலிழந்து போய் படுத்த படுக்கையிலேயேதான் வாழ்க்கை என்றானது. அம்மாவுக்கோ பார்வைக் குறைபாடு ஏற்பட்டு போனது. இவர்கள் வாழும் சிறிய வீட்டினை பராமரிப்பதும் பெற்றோர்களுக்கு தேவையான அத்தனை உதவிகளையும் உடனிருந்து கவனித்துக்கொண்டு, அக்கம் பக்கத்திலிருக்கும் குடும்பத்தினரின் உதவியால் பத்தாம் வகுப்பு வரையில் படித்து தேர்ச்சி பெற்றிருந்தாள். இனியும் யாருக்கும் தொந்தரவு கொடுக்கக் கூடாது என்று எண்ணி வேலைக்கு போக முடிவெடுத்தாள். வருகின்ற வருமானத்தைக் கொண்டு பெற்றோர்களை நன்றாகக் கவனித்துக்கொள்ள வேண்டும். மேலும் நிறைய மேற்படிப்புகளை கற்று ஒருநல்ல நிலைக்கு வரவேண்டும் என்கிற எண்ணம் ஆழ்மனதில் ஆணிவேராக இறங்க, வீட்டு வேலைகளை முடித்துக்கொண்டு வேலை தேட கிளம்பினாள்.

கண்ணில் பட்ட கொஞ்சம் பெரிய கடைக்குள் சென்று ஒரு தாளில் எழுதி வைத்திருந்த தன் குறிப்பையும், குடும்பச் சூழ்நிலைகளையும் காட்டி தனக்கு ஏதாவது ஒரு வேலை கொடுக்கும்படி வணங்கி கேட்க சில கடைக்காரர்கள் ‘போ... போ’ என்று விரட்டிவிட்டார்கள். இன்னும் சிலர்,

"நல்லா வாய் பேசற ஆளுங்கள வச்சிக்கினே ஒன்னும் சமாளிக்க முடியல! ஊமையெல்லாம் எப்படி வேலைக்கு வச்சிக்க முடியும்?"

"உனக்கு பேசவும் வராது. காதும் கேக்காது உன்னை எல்லாம் எப்படி வேலை வாங்க முடியும்?"

"அஞ்சு பத்து வேணுமா கேளு குடுக்கறேன். அதவிட்டுட்டு வேலகுடுங்க... சம்பளம் குடுங்கன்னு கேட்டு வராத" என்று ஆள் ஆளுக்கு வாயில் வந்தபடியெல்லாம் பேசினார்கள். அவர்கள் பேசுவதையெல்லாம் கவனித்து உள் வாங்கிக் கொண்டவளாய் எந்த விதமான பதற்றமும் இல்லாமல் விடாமுயற்சியாய் அடுத்த கடையின் வாசல் படியேறி உள் நுழைந்தாள்.

இரவு ஏழு மணிக்கு வீடு திரும்பினாள். வீட்டிற்குள் ஒரே ஒரு குண்டு பல்ப் வெளிச்சம் பரவியிருந்தது, அம்மா வாசல் படியில் அமர்ந்திருந்தாள். மகள் வீட்டிற்குள் நுழைந்த உடனேயே பசிக்கிறது என்று ஜாடை காட்டினாள். தனது தோள் பையை சுவற்றில் அடித்திருந்த அணியில் மாட்டிவிட்டு அப்பா படுத்துகிடந்த கட்டிலுக்கருகில் வந்தாள். கயிற்றுக் கட்டிலின் கீழே இருந்த பெட்பேனில் அப்பா மலம் கழித்து வைத்திருந்தார். நாற்றம் முகம் சுளிக்க வைத்தது. மகளைக் கண்டதும் கண்களில் நீர் வழிந்தது அவருக்கு. இவள் எதுவும் பேசாமல் பெட்பேனை குனிந்து எடுத்துக்கொண்டு வீட்டின் பின்பக்கமாக சென்ற குழாய் அடியில் சுத்தம் செய்து விட்டு வந்து மீண்டும் அதே இடத்தில் வைத்தாள். அடுப்பை பற்ற வைத்து தண்ணீரை சூடு பண்ணி டீ தூள் போட்டு நன்றாக கொதிக்கவிட்டு பால் இன்றி தேநீர் தயாரித்து அம்மாவுக்கு ஒரு தம்ளர் கொடுத்தாள். அப்பாவிடம் ஒரு தம்ளர் கொடுத்துவிட்டு. தானும் ஒரு தம்ளர் எடுத்துக்கொண்டு வந்து வாசலில் உட்கார்ந்திருந்த அம்மாவின் மீது சாய்ந்த படியே மெல்ல ஊதிக் குடித்தாள்.

வீட்டு வாசலின் நேர் எதிரில் தெருவின் நடுவே நீளமாக சிறியதாக ஒரு கழிவுநீர் வாய்க்கால் ஓடிக்கொண்டிருந்தது. கடற்கரைக் காற்று நன்றாக வீசிக்கொண்டிருப்பதால் நாற்றம் அவ்வளவாக தெரியவில்லை. இவர்கள் வீட்டு வாசல் எதிரில் மின்கம்பம் இருந்ததால் இரவில் வெளிச்சம் போதுமானதாக இருந்தது. பக்கத்து வீட்டு பெண்மணி குரல் கொடுத்துக் கொண்டே வந்தாள்.

செந்தமிழினியன் | 67

“அக்கா… அக்கா உங்கட பொண்ணு பிருந்தா காலையில வெளிக்கிட்டு போனாளே திரும்பி வந்திட்டாளாக்க?”

பார்வை குறைவாக இருந்தாலும் பிருந்தாவின் அம்மா குரலைவைத்தே ஆளை கண்டுபிடித்துவிட்டாள்.

“யாருடி… சஞ்சிதாவா…?”

“ஓம் அக்கா”

“ம்… ம். வந்திட்டாள். இந்தா பக்கத்திலேயேதான் குந்தி இருக்கா கண்டியோ.”

“ஓமாம்… ஓமாம்” என்றபடியே அருகில் வந்து மண்தரையில் உட்கார்ந்தாள். சஞ்சிதா அவளைப் பார்த்து முகத்தில் ஒருசிறு புன்னகையைக் காட்டினாள்.

சஞ்சிதா தன் பேச்சைச் தொடர்ந்தாள்.

“பாருங்கோக்கா! காலையில பிருந்தா வீட்டைவிட்டு வெளிக்கிட்டுப் போனதிலேயிருந்து எனக்கு ஒரே விசர். ஊரே கெட்டுப் போய்க் கிடக்கு. அதுல பாருங்கோ போன கிளமை ஊத்துக்காட்டு மாரியம்மன் கோயில் திருவிளா நடந்தப்போ நம்பட முகாமிலேயிருந்து சுத்திப் பாக்கப்போன பதிமூண்டு வயசு சிறுமி, ஓம்பதாம் வகுப்புதான் படிக்கிறாள் அந்தப் பிள்ளைய கடத்திக்கொண்டு போய் ரெண்டு வெறிபிடித்த மனுச மிருகங்கள் பாலியல் பலாத்காரம் பண்ணிப் போட்டானுங்கள். அந்தப் பிள்ளை எவ்வளவு கத்தியும் பிரயோசனமில்லாம போடுது. எப்படிப்பட்ட கொடும கண்டியாக்கா. நம்ம புள்ள பிருந்தா வாயில்லாப் பூச்சி வீட்ட விட்டு வெளிக்கிட்டு போய் திரும்ப வீட்ட வந்து சேர்ர வரைக்கும் மனசு என்ன பாடுபடுது தெரியுமோக்கா…?”

இவர்கள் பேசுவது என்னவென்று புரியாமல் எழுந்து வீட்டிற்குள் சென்றாள் பிருந்தாஜினி.

“என்னடியம்மா பண்ணுறது பொறந்த மண்ணுல வாழ வழி இல்லாம தானே உசுருக்கு பயந்து அகதிகளா ஓடிவந்தோம், எம்பொண்ணுக்கு ஒரு நல்ல வழி காட்ட முடியாம நானும் என்ற ஊட்டுக்காரரும் கெடக்கிறம். எங்கள காபந்துப் பண்ற சாமியே அவதான். அவளுக்கு நல்லூர் முருகன் எப்பவும் தொணையா நிப்பாருடி, எங்களோட ஏலாமையதான் நோகோணும்” என்று சொல்லிவிட்டு கண்ணீர் விட்டாள் பிருந்தாவின் அம்மா.

“அழாதீங்கக்கா நாங்கயெல்லாம் அக்கம் பக்கத்துல இருக்கோம்ல! உங்கள பாக்காம விட்டுடுவோமா? தைரியமா இருங்கோ! நான் வீட்ட போய் புள்ளைவுளுக்கு சோறு குடுத்திட்டு வாரன்.”

என்று சொல்லிவிட்டு எழுந்து உட்கார்ந்திருந்த இடத்தில் புடவையின் பின்னே ஒட்டியிருந்த மண்ணை தட்டி விட்டுக் கொண்டே சென்றாள்.

உள்ளே கட்டிலில் படுத்துக் கிடந்தவர் குரல் கொடுத்தார்.

“அங்க என்னடியம்மா பண்ற? இங்கே பிள்ளை தனியா முருங்கை கீரை கஞ்சி காச்சிக்கொண்டு நிக்கறாளே வந்து ஏதாவது ஒதவி பண்ணலாமில்லையோ”

“இதோ வாரன்” என்று குரல் கொடுத்துக்கொண்டே சுவரை தடவியபடி வீட்டினுள் நுழைந்தாள் அம்மா.

பிருந்தாஜினி நாள்தோறும் பேருந்து பிடித்து புதுச்சேரி சென்று கடைவீதிகளில் ஒவ்வொரு கடையாக வேலை கேட்டு ஏறி இறங்கிய படிக்கட்டுகள் ஏராளம். மாலையானதும் சோர்வுடன் வீடு திரும்புவாள். முகாமில், தெருவில் வசிக்கும் சில பெண்களும், பெரியவர்களும் இவள் மீது பரிதாபம் கொண்டு புத்திமதி கூறினார்கள்.

“ஏம்மா நீயோ வாய் பேசமுடியாத பிள்ளை. நல்லா படிச்சு பேசற பிள்ளைகளுக்கே வேலை எதுவும் கெடைக்கிறதில்லை. உன்னோட அப்பா, அம்மா படற கஷ்டம் உனக்கு தெரியும் தானே? ஏதோ முகாம்ல கொடுக்கற பணத்த வைத்துக்கொண்டு அவங்களை கவனிக்கலாம்தானே? எதுக்கு நீ வேலைக்கு போகோணும் எண்டு அடம்பிடிக்கிறாய்?” என்றார் பெரியவர்.

“உனக்கு ஏதாவது ஒண்டு அயிப்போச்சி எண்டா... நாங்கள் என்ன பண்ணுறது? இல்ல உங்க அம்மா அப்பாவுக்கு ஏதும் சுகவீனம் ஏற்பட்டால் உன்னைய எங்க் கண்டு நாங்க தேட ஏலும்? நல்லா யோசிச்சிப் பாரு! வேல தேடுறத விட்டுட்டு வீட்டோட கிட. ஒத்தாசைக்கு நாங்கெல்லாம் இருக்கோம் என்ன விளங்குதா?” என்றாள் ஒரு அக்கா.

அவர்கள் பேசியதை உதட்டசைவிலேயே ஏதோ புரிந்துகொண்டாலும், அதையெல்லாம் சட்டை பண்ணாமல் தன் முயற்சியில் சிறிதளவும் தளராமல் தொடர்ந்து வேலைத்

தேடுவதை குறிக்கோளாக கொண்டு செயல்பட்டாள். இன்று பேருந்திலிருந்து இறங்கியதும் அந்த சுவரொட்டி கண்ணில்பட்டது. அருகில் சென்று படித்தாள். பத்தாம் வகுப்பு, +2, டிகிரி, டிப்ளமோ படித்த ஆண், பெண் இரு பாலாருக்கும் வேலை தொடர்புக்கு நந்தினி புரெடக்ஷன், தட்டாஞ்சாவடி தொழிற்பேட்டை, புதுச்சேரி என்ற முகவரி கொடுக்கப்பட்டிருந்தது. முகத்தில் சிறு புன்னகை முருகா தியேட்டர் சிக்னலில் இருந்து தொழிற்பேட்டையை நோக்கி சாலையின் ஓரமாக நடக்கத் தொடங்கினாள். காலை பத்தரைமணி ஆகியும்கூட தொழிற்பேட்டை நுழைவுக்கு முன் தள்ளுவண்டி டிபன் கடையில் வியாபாரம் ஜோராய் நடந்துகொண்டிருந்தது. அதன் பக்கத்தில் தேநீர் குடித்தபடி இளைஞர்கள், முதியவர்கள் சிலரும் சிகரட்டை ஊதித் தள்ளிக்கொண்டிருந்தார்கள். இவற்றை எல்லாம் பார்த்துக் கொண்டே தொழிற்பேட்டையின் உள் நுழைந்தாள். முகவரியை கண்டுபிடித்து நந்தினி புரோடைக்ஷன் கம்பெனியின் நுழைவு வாசலின் உள்ளே சென்றாள். நிறைய இளைஞர்களும், இளம் பெண்களும் தங்கள் படித்த சான்று கோப்புகளுடன் வரிசையில் நின்றிருந்தார்கள். இவளும் சென்று பெண்கள் வரிசையில் நின்றாள். அலுவலகத்தின் உள்ளே நேர்முகத் தேர்வுக்காக ஒரு ஆண். ஒரு பெண் என்று வரிசையாக அனுப்பி வைக்கப்பட்டனர்.

“வேலைக்கு போய் சம்பளம் வாங்கினதும் அம்மாவை ஒரு நல்ல கண் மருத்துவர்கிட்ட அழைத்துக் கொண்டுபோய் காட்ட வேணும். காசு சேர்த்து வச்சி அப்பாவை வெளியே கூட்டிக் கொண்டு போய் காட்டும்படியாக ஒரு நாற்காலி வண்டி வாங்கி அதிலே அவரை உட்கார வச்சி தள்ளிக் கொண்டு போய் சுற்றிக் காட்ட வேண்டும். அம்மா, அப்பா ரெண்டு பேருக்கும் ஆசைப்பட்டதை வாங்கிக் கொடுத்து சந்தோஷப்படுத்த வேணும் அப்படியே நாமும் மேல்படிப்பு படித்து சமூகத்தில் ஒரு நல்ல நிலைக்கு வரவேணும்’ என்ற கற்பனையில் மிதந்து கொண்டிருந்த பிருந்தாஜினியை, பின் நின்றிருந்த பெண் சீண்டி சொன்னாள்.

“உங்களத்தான் கூப்பிடறாங்க. போங்க.”

மெல்ல நடந்து அலுவலக அறைக்குள் நுழைந்தாள். அவளுடைய சான்றிதழ்களை வாங்கி சரிபார்த்தவன்...

"டென்த்தா?" என்றான்

'ஆமாம்' என்கிறபடி தலையசைத்தாள்.

"சரி, உள்ளே மேடம் இருக்காங்க. அவங்களப் போய் பாருங்க" என்று சொல்லி சான்றிதழ்களை திருப்பிக் கொடுத்துவிட்டு எதிரில் இருந்த அறையை கையை நீட்டிக் காட்டினான். சான்றிதழை வாங்கிக்கொண்டு திரும்பினாள். கண்ணாடிக் கதவை திறந்து கொண்டு ஒரு இளைஞன் வெளியே வந்தான். இவள் உள்ளே நுழைந்தாள். குளிரூட்டப்பட்ட அறை சில்லென்று இருந்தது, மேசைமீது கம்ப்யூட்டர், கோப்புகள் இருந்தன நிர்வாக இயக்குநர் என்ற ஆங்கிலத்தில் சிறிய பெயர் பலகை மேசையின் மீது இருந்தது. அந்த இருக்கையில் இருந்த பெண்மணிக்கு கிட்டத்தட்ட நாற்பது வயதிருக்கும். முகத்திற்கு ஏற்றாற் போல மூக்கு கண்ணாடி போட்டு கம்ப்யூட்டரில் எதையோ பார்த்துக்கொண்டிருந்தாள். எதிரில் இருந்த பிளாஸ்டிக் சேரில் உட்கார்ந்திருந்த இளம் பெண் பிருந்தாஜினியின் சான்றிதழ்களை வாங்கி சரிபார்த்தாள். பின் இவள் முகத்தைப் பார்த்து...

"ஓ நீ ஈழத்து அகதி முகாம் பெண்ணா?' என்றாள்.

ஆமாம் என்று தலையாட்டினாள்.

"ஏன் வாயத் திறந்து பேச மாட்டீங்களோ?" என்று மீண்டும் கேட்க தனது தோளில் மாட்டியிருந்த பையிலிருந்து தன்னைப் பற்றி எழுதி வைத்திருந்த தாளை எடுத்து நீட்டினாள். அதை வாங்கிப்படித்ததும் முகத்தில் ஒருவிதமான வெறுப்புணர்வுடன் எதிரில் உட்கார்ந்திருந்த இயக்குநரிடம் அந்த தாளைக் கொடுத்தாள்.

'மேடம் இந்தப் பொண்ணு பேரு பிருந்தாஜினி. பத்தாவது படிச்சிருக்கா வாய்பேச முடியாது, காதும் கேக்காது, முக்கியமாக ஈழத்துபெண், அகதிகள் முகாமிலிருந்து வந்திருக்கா. என்ன மேடம் பண்றது? நாள பின்ன ஏதும் பிரச்சனை கிரச்சனை வந்தால். சமாளிக்கிறது நமக்குத்தான் ரொம்ப கஷ்டமா போயிடும்" என்றாள்.

தாளில் இருந்ததை படித்துவிட்டு நிமிர்ந்து பிருந்தாஜினியை பார்த்து கையை உயர்த்தி காட்டி அருகில் வரும்படி அழைக்க மனம் முழுக்க கனத்துடன் மெல்ல அருகினில் சென்றாள். இயக்குநர் இருக்கையில் இருந்த பெண்மணி இவளைப் பார்த்து

புன்னகைத்துவிட்டு ஒரு வெள்ளை தாளை எடுத்து 'எந்த வேலை கொடுத்தாலும் செய்வியாம்மா?' என்று எழுதிக் காட்டினாள். பதிலுக்கு பேனாவையும் தாளையும் நீட்ட தயக்கத்துடன் வாங்கி 'என்னால் முடியும்படியான எந்த வேலை கொடுத்தாலும் செய்வேன் மேடம்' என்று எழுதிக் காட்டினாள். மறுபடியும் 'உனக்குன்னு லட்சியம் ஏதாவது வச்சிருக்கிறாயா?' என்று எழுதிக்காட்ட, பேனாவை வாங்கி மறுபடியும் இவள் எழுதினாள். 'ஆமாம் மேடம் நல்லா படிச்சி முன்னுக்கு வரணும் அப்பா, அம்மாவை கண் கலங்காம பார்த்துக்கணும்' என்று எழுதிக் கொடுத்தாள். அதைப் படித்ததும் இயக்குநர் பெண்மணியின் முகத்தில் அப்படி ஒரு மகிழ்ச்சி வெளிப்பட்டது. உடனே எதிரில் இருந்த பெண்ணிடம்,

"ரமணி, இந்தப் பொண்ணுக்கு ஒரு அப்பாய்ன்ட்மென்ட் ஆர்டர் ரெடி பண்ணிக் கொடு... நாளைக்கே வந்து வேலையில் ஜாய்ன்ட் பண்ணட்டும்" என்று சொன்னதும்...

"மேடம் நான் சொல்ல வந்தது...!" என்ற ரமணியை, "நான் என்ன சொல்றேனோ அதை மட்டும் செய்!" என்று ஆள்காட்டி விரலை முன்னே நீட்டி உரக்கச் சொன்னனதும் அமைதியாகிப் போனாள். பிருந்தாஜினி, இருவரும் என்ன பேசிக்கொள்கிறார்கள் என்பது விளங்காமல், இயக்குநர் பெண்மணியைப் பார்த்தபடி பரிதாபமாக நின்றிருந்தாள். அதைப் பார்த்ததும் இன்னொரு வெள்ளைத் தாளை எடுத்து எழுதிக் காட்டினாள்.

'உனக்கு இந்தக் கம்பெனியில் வேலை உறுதி செய்யப் பட்டது. நாளை முதல் நீ வேலைக்கு வரலாம். உன்னுடைய விடாமுயற்சிக்கும், தன்னம்பிக்கைக்கும் நான் கொடுக்கும் பரிசு இது' என்று எழுதி இருந்ததைப் படித்ததும் பிருந்தாஜினியின் முகம் பூரிப்படைந்தது. இயக்குநரை இரு கரம் கூப்பி வணங்கி நன்றி சொன்னாள். கண்களில் ஆனந்தக்கண்ணீர் ஊற்று எடுத்தது.

இயக்குநர் பெண்மணி இருக்கையில் இருந்து மெல்ல எழுந்து இவளது முதுகில் மெல்ல தட்டிக் கொடுத்துவிட்டு தனது ஊன்றுகோலின் உதவியுடன் தனது இடது காலை தாங்கித் தாங்கி நடந்தபடி மெல்ல கழிவறைக்குள் நுழைந்தாள்.

பிப்ரவரி - 2020

துளசி

"எங்கடா வந்த பொட்ட கம்மனாட்டி பையா? உயிரோட இருக்கறமா செத்துட்டமான்னு பாத்துட்டுப் போகத்தான வந்த? உனக்கெல்லாம் எதுக்குடா பொண்டாட்டி, புள்ளகுட்டிங்க? பேசாம சந்நியாசியாப் போயி தொலைஞ்சிருக்க வேண்டியதுதானே? யாருக்கும் எந்தத் தொந்தரவும் இருந்திருக்காது! பத்துநாளா ஊட்டுக்கு வராம கண்டவனோட கூத்தடிச்சிட்டு எச்சச் சோறு வாங்கித் தின்னுட்டு, கொஞ்சம் கூட ஒடம்புல சூடு, சொரண, வெக்கம், மானம் இல்லாம கெடக்குறியே இதுக்கு நீ நாண்டுகினு செத்தே போலாம்டா, ச்சீ. இதெல்லாம் ஒரு பொழப்பா?"

என்று வீட்டிற்குள் நுழைந்த கணவன் குப்பனைக் கண்ட ஆத்திரத்தில் மிகவும் கடுமையாகச் சத்தம் போட்டுத் திட்டினாள், துளசி. தொலைக்காட்சி பார்த்துக் கொண்டிருந்த மகனையும், மகளையும் அறையில் போய் படுத்துத் தூங்கச் சொல்லி விரட்டினாள். நல்லவேளை அக்கம் பக்கத்தில் வீடுகள் ஏதும் இல்லை. ஒன்றிரண்டு வீடுகளும் தூர தூரமாக இருந்தன. மனைவியின் பேச்சைக் கொஞ்சமும் சட்டை பண்ணாமல், பேண்ட், சட்டையைக் கழற்றி மாட்டிவிட்டு கைலி, பனியனுக்கு மாறினான். அடுப்பாங்கரைக்குப் போய் தட்டை எடுத்துச் சோறு போட்டுக்கொண்டு, மீன் குழம்பைக் கரண்டியால் அள்ளி போட்டுக்கொண்டு வந்து நடுக்கூடத்தில் அமர்ந்து சாப்பிட ஆரம்பித்தான். இதைக் கண்டதும் கோபம் இன்னும் உச்சிக்கு ஏறியது துளசிக்கு.

“என்ன ஜென்மம்டா நீ? நான் இந்தக் கத்துக் கத்றேன். நீ என்னடான்னா எருமமாட்டுமேல மழை பேஞ்ச மாதிரி எனக்கென்னான்னு ஓம்பாட்டுக்கு ஒன் வேலைய பாக்கற? ஒன்னச் சொல்லிக் குத்தமில்லடா? என்னய நானே செருப்பால அடிச்சிக்கினும். அப்பவே எங்க அம்மாவும், அப்பாவும் தலப்பாடா அடிச்சிக்கினாங்க! வேணாம்டி அந்தப் பையன் வேலவெட்டி எதுக்கும் போவாம அஞ்சாறு தறுதலப் பசங்களோட ஊரச் சுத்திக்கிட்டுத் திரியிறான். குடும்பத்துக்கு லாயக்கில்லாதவன்னு. பி.காம். படிச்ச புத்தி கெட்டச் சிறுக்கி நாந்தான். அத்த மவனாச்சே. ஒறவு உட்டுப் போயிடக் கூடேதேன்னு வெவரம் கெட்டத்தனமா அடம் புடிச்சி இந்தச் சனியன கூலி கொடுத்து வாங்கி எனக்கு நானே நல்லா சூனியம் வச்சிக்கினு, இப்ப மெல்லவும் முடியாம, முழுங்கவும் முடியாம கூனி குறுகிப் போய் நிக்கிறேன். உன்னால என்ன சொகத்தக் கண்டேன். ரெண்டு புள்ளைகள பெத்துப் போட்டத தவிர? அதுங்க சாப்டுதுங்களா? பள்ளிக்கூடம் போவுதுங்களா? என்ன படிக்கிது? இதைப் பற்றியெல்லாம் கொஞ்சமாச்சியும் யோசிச்சி பாத்திருப்பியாடா நீ? ஊருல எவன் எவன் ஊட்டுப் புள்ளைங்களைப் பள்ளிக்கூடம் இட்டும்போய் விடறதும், சாப்பாடு எடுத்தும்போய் ஊட்றதும் எனக்குத் தெரியாதுன்னு நெனைச்சியாடா? உன்னோட புள்ளைங்கள ஒருநாள் பள்ளிக்கூடம் இட்டும்போய் உடுறதுக்குத் துப்பில்ல! எந்த மூஞ்சிய வச்சிக்கினு இந்த ஊட்டுப் படிய மிதிக்கிறடா? இந்த ஊட்டுக்கு வாடக என்னான்னு தெரியுமாடா உனக்கு? அத யாரு குடுக்குறா? எப்படிக் குடுக்குறான்னு எப்பவாச்சும் யோசிச்சி பாத்திருப்பியாடா நீ? இன்னக்கி ஊருல எவனும் ஓசிசோறு போடலன்னதும் பொண்டாட்டி இருக்கா, அங்க போயிடலாம்னு நேர வந்திட்டியா? ஒன் ஒடம்புல ஓடுறது ரத்தமா? இல்ல சாக்கடத் தண்ணியா? மானங்கெட்ட படவா...”

துளசியின் வசைமொழிகளைக் கொஞ்சம் கூட சட்டை பண்ணாமல் நிதானமாகச் சாப்பிட்டு முடித்துவிட்டுத் தட்டை எடுத்துச் சென்று கழுவப் போட்டுவிட்டு, கை கழுவிக் கொண்டு கட்டியிருந்த கயிலியிலே துடைத்துக்கொண்டே வந்து கூடத்தில் போட்டிருந்த பிளாஸ்டிக் சேரில் உட்கார்ந்தான். மனைவியை நேரிட்டுப் பார்த்து,

“என்ன புருஷன்னுகூட பாக்காம எதுக்குடி இப்படி வறுத்தெடுக்குற? ஒரு நெலையான வேல எனக்கு யாருமே

கொடுக்கமாட்டன்றாங்க! நானு என்னா பண்றது?" என்றான் குப்பன்.

"அடச்சீ. வாய மூடுடா! நல்லா கார் ஓட்ட லைசன்ஸ் வச்சிக்கினு இருக்கிறதாலதான பெரிய மனுஷங்க எவனாவது கூப்ட ஒடனே வண்டி ஓட்டப் போற! அவனுங்களும் உன்னோட இளிச்சவாய்த்தனத்த தெரிஞ்சிக்கிட்டு அஞ்சி நாளு, ஆறு நாளு வெளியூர் கூட்டிக்கினு போயிட்டுச் சோறு, தண்ணி வாங்கிக் குடுத்திட்டு, ஒன்னோட செலவுக்கு ஐநூறோ, ஆயிரமோ குடுத்துட்டு ஒன்ன நல்லா மொத்தி மஞ்சாக் குளிக்கிறானுங்க! இந்த ஊருல எவ்வளவோ டிராவல்ஸ் கம்பனி இருக்குது? ஏதாவதொரு எடத்துல பொருந்தி வேல பாத்தாலே போதுமே! ஒனக்குத்தான் சூத்துல சுழியாச்சே. ஒரு எடத்துலகூட நெலையா நின்னு வேலை பாக்க மாட்ட. ஒன்னோட தேவைங்க பூர்த்தியானா போதும். மத்த எதப் பத்தியும் யோசிக்கவேமாட்ட! அன்னைக்கு என்னடான்னா எங்கியோ இருந்து பிரியாணி பொட்டலம் சாப்புட வாங்கி வந்த. நீ குளிக்கப் போனபோது பையன் பிரிச்சி சாப்பிட்டான்னு அப்படி இழுத்துப் போட்டு அடிச்ச. எந்த அப்பனாவது தன் புள்ள சாப்பிட்டதுக்கு இப்படி நடந்துக்குவானா? நீ எல்லா அக்கா, தங்கச்சி, அண்ணன், தம்பியோட பொறந்திருந்தா எதுவா இருந்தாலும் பங்குபோட்டுச் சாப்பிடணுங்கறது தெரிஞ்சிருக்கும். ஓங்காத்தா ஒத்த புள்ளையா உன்ன பெத்துப்போட்டு ஒதவக்கரையா வளத்து எந்தலையில கட்டி வச்சிட்டுக் கண்ண மூடிட்டா. நான் கெடந்து, தடாகத்துத் தாமரை எலமேல தண்ணிபோல உருண்டுங்கடக்கறன்" என்று சத்தம் போட்டு வீட்டிற்குள் எரிந்துகொண்டிருந்த மின்விளக்கு சுவிட்சை அணைத்து விட்டுத் தண்ணீர் குடத்தில் ஒரு சிறிய சொம்பில் தண்ணீர் எடுத்து வந்து நடு வீட்டின் சுவரில் சாய்ந்து உட்கார்ந்து குடித்தாள். இவர் வீட்டைத் தவிர மற்ற வீடுகளில் விளக்கை அணைத்துவிட்டுத் தூங்கிப் போயிருந்தார்கள். சுவர் கடிகாரம் பதினொரு மணியைக் காட்டியது. மறுபடியும் குப்பன் பேசினான்.

"ஊரு ஒலகத்துல பாத்தாலும் பாத்தேன். ஒன்ன மாதிரி புருஷன மதிக்காத பஜாரி முண்டைய நானு பாத்ததே இல்லடி. நானு இல்லாதப்போ வீட்டுக்குத் தேடி வர்ற என்னோட பிரண்ட்கிட்ட எல்லாம் மகாக் கேவலமா, மட்டமா என்னப் பத்தி சொல்லி வச்சிருக்க! வர்ற ஆத்திரத்துக்கு அப்படியே அடிச்சிச் சாவடிச்சிப் போட்டுடலாமான்னு தோணுது. புள்ளைங்களுக்காகப் போனாப் போவட்டும்னு உட்டு வச்சிருக்கன்."

இதைக் கேட்டதும் துளசி சட்டெனப் பதிலடிக் கொடுத்தாள்; "ஆமாண்டா. நானு பஜாரிதான். நீ சொன்ன ஊரு ஒலகத்துல எங்கத் தேடினாலும் ஒன்ன மாதிரி ஒதவாக்கர ஆம்பளைய பாக்கவே முடியாதுடா! கூலி வேல பாக்றவன், சித்தாளு வேல செய்றவன், ரிக்ஷா வண்டிக்காரன், மூட்டத் தூக்கிப் பொழைக்கிறவன் எல்லாம் சம்பாத்தியத்த வச்சிக்கினு கண்ணியமா பொண்டாட்டி, புள்ளைங்கள குடும்பத்த சந்தோஷமா நடத்திக்கினு போறானுங்க! நீ குடும்பத்துல ஒன்றவே இல்லையேடா மானம் கெட்டவனே! என்ன சொன்ன? வர்ற ஆத்திரத்துல அடிச்சி சாவடிச்சிப் போட்டுடுவியா? எங்க நீ உண்மையான ஆம்பளய இருந்தா செய்யிடா பாக்கலாம். உன்ன உயிரோட விட்டு வச்சிருக்கேனேன்னு சந்தோசப்பட்டுக்கோ! இல்லன்னா எப்பவோ உன்ன சோத்துல வெஷத்தை வச்சிக் கணக்க முடிச்சிட்டு இருப்பேன் தெரியுமா? நீ எங்கள பண்ணக் கொடுமைக்கும், அநியாயத்துக்கும் எவ்வளவு பொறுத்திக்கினு வந்திருக்கேன்னு தெரியுமா? ஒன்ன எப்பவோ டைவர்ஸ் பண்ணிட்டு வரும்படி நிறையபேர் சொன்னாங்க. நான்தான் அறிவு கெட்டத்தனமா ஒன்ன நம்பி, திருந்திடுவேன்னு நெனைச்சி ஏமாந்துப்போய் நிக்கிறேன்! ஏதோ ஒரு டிகிரி படிச்சதால எங்க பொழப்பு ஓடிக்கினு இருக்குது. இந்த ரெண்டு புள்ளைங்களையும் வளக்க நான் பட்ற கஷ்டம் கொஞ்ச நஞ் சமில்ல. ஒரு பொட்ட புள்ளைய பெத்து வச்சிருக்கோமேன்னு அதுக்கு என்ன செய்யணும், ஏது பண்ணணும்னு எப்பவாச்சும் நீ நெனைச்சாவது பாத்திருக்கியாடா? ஒவ்வொரு நாளும் படுக்க போவக்குள்ள இதை நெனைச்சி நெனைச்சி என் ஜென்மமே குன்னிப் போவதுடா! நாளைக்கு ஒரு கல்யாணம் காட்சி வந்தா என்ன பண்ணப்போறோம்னு நெனைக்கும்போதே பயம்தான்டா அதிகமா வருது."

கண்ணீர் வழிந்துகொண்டிருந்தது. புடவை முந்தானையில் மூக்கை பிழிந்து துடைத்தாள். பிளாஸ்டிக் சேரில் உட்கார்ந்திருந்த குப்பனைக் காணவில்லை. எழுந்து நின்று சுற்றிலும் நோட்டம் விட்டாள். சற்றுத் தள்ளி மின்விசிறியின் கீழே கைகள் இரண்டையும் தலையணை ஆக்கி எதுவுமே நடக்காததுபோல நிம்மதியாகக் குறட்டைவிட்டு உறங்கிப்போய் இருந்தான்.

மார்ச் - 2020

மரிக்கொழுந்து

வேலை, வெட்டி எதுக்கும் போகாமல் வீட்டில் சண்டை வாங்கும் முழுநேரக் குடிகாரனாக இருந்து வந்த இலாடமுத்து கடந்த ஒரு மாத காலமாக குடியை விட்டுவிட்டு கம்பெனி ஒன்றில் காவலர் வேலை பார்த்து வருவது குடும்பத்தினர் அனைவருக்கும் மிகுந்த ஆச்சர்யத்தை கொடுத்தது. ஒரு நாள் இவன் மனைவி மாலதி வாயைத் திறந்து கேட்டேவிட்டாள்.

“ரொம்பத்தான் ஆள் மாறிட்டீங்க, குடிப்பழக்கத்த விட்டுட்டீங்க! மறுபடியும் வேலைக்கு போக ஆரம்பிச்சிட்டீங்க! வேளைக்கு ஒழுங்கா வீட்டுல வந்து சாப்படறீங்க! என்னால கொஞ்சம்கூட நம்பவே முடியல! எப்படிங்க இதெல்லாம்? மொதல்ல அடுத்த வாரம் குலதெய்வம் புத்துப்பட்டு ஐயனாரப்பன் கோயிலுக்கு போய் பொங்கல் வச்சிட்டு வரணுங்க. எம் புருஷனுக்கு மறுபடியும் குடும்பப் பொறுப்பு வந்துடுச்சேன்னு! மூனு பொட்ட புள்ளைங்கள வச்சிருக்கோமே, எப்படி கர சேக்கறதுன்னு வேண்டாத கடவுள் இல்ல. ஆண்டவன் யார் ரூபத்திலேயோ வந்து ஒங்கள திருத்தி நல்லவழிய காமிச்சிட்டாரு”.

“உண்மதாண்டி மாலதி. யாரோ எவரோ வரலடி! நம்ம பொண்ணு மரிக்கொழுந்துதாண்டி என்னோட மாற்றத்துக்கே முழுக்காரணம். நீ கும்பிட வேண்டிய சாமி அவதான். இந்த குடும்பத்த காப்பாத்த அவ ராவும் பகலும் அலைஞ்சி திரிஞ்சி வேல பாக்கறத நேருலப்

பார்த்தப்போ என் ஜென்மமே குன்னிப்போச்சிடி! பொறுப்பே இல்லாத என்னாலதாண்டி அவளுக்கு இந்தக் கஷ்டம்! நான் ஒழுங்கா வேலைக்கு போய் குடும்பத்தை கவனிச்சி இருந்தேன்னா அவ ஏன் வேலைக்கு போகப் போறா? குடும்ப பாரத்தை தன் தலைமேல் போட்டுக்கினு சுமக்கப் போறா? நான்தாண்டி அறிவு கெட்டத்தனமா பெரிய தப்பு பண்ணிட்டேன்" என்று சொல்லிய படியே வலது கையால நெற்றியின்மீது இரண்டு மூன்று முறை தட்டிக்கொண்டார் இலாடமுத்து. இதைக் கண்டதும் மாலதி தனது கணவரை தேற்றினாள்.

"சரி... சரி போவட்டும் விடுங்க... அதான் மறுபடியும் வேலைக்கு போவ ஆரம்பிச்சிட்டிங்களே. அதுபோதும்! எப்படிங்க இந்த சின்னப் பொண்ணு உங்கள அடியோட மாத்தினாங்கறது தானே வியப்பா இருக்குது? அவக் காலையில் எட்டு மணிக்கு கௌம்பி ஸ்கூட்டர எடுத்துக்கினு போனா வேலை எல்லாம் முடிச்சிக்கினு ஊடு திரும்பறப்போ ராத்திரி பத்து மணி ஆயிடுது. வீட்டுலகூட சரியா சாப்புடறதும் கெடையாது. வேலைக்கு போய் வந்த ஒடனே படுக்கப் போயிடறா! நீங்களும் அந்த பொண்ணுகிட்ட அன்பா நாலுவார்த்த பேசி நானு பாத்ததே கெடையாது. அப்படி இருக்கறப்போ மரிக்கொழுந்துதான் என்னோட மாற்றத்துக்கு காரணம்னு ஒங்க வாயாலேயே சொல்லும்போது என்னால உண்மையாவே நம்பத்தாங்க முடியல!" என்றாள்.

சுவர் கடிகாரம் ஒன்பது மணியைக் காட்டியது ஒரு சிறிய துணிப்பையில் தண்ணீர் பாட்டிலை எடுத்து வைத்துக்கொண்டு, மிதிவண்டியில் இரவுப் பணிக்கு கிளம்பி சென்றார். தன் கணவர் மரிக்கொழுந்தைப் பற்றி புகழ்ந்து பேசியதிலிருந்து மனம் கிடந்து தவித்தது! அப்படி என்னதான் பேசி இருப்பாள்? வந்த உடனேயே கேட்டு தெரிந்துக்கொள்ள வேண்டும் என்கிற ஆவலில் வாசல் படியிலேயே வந்து உட்கார்ந்துகொண்டு ஸ்கூட்டரில் மகள் வருகிறாளா என்று தெருவையே உற்றுப் பார்த்துக்கொண்டிருந்தாள். சரியாக பத்து மணிக்கே மரிக்கொழுந்து வந்தாள். வாசலில் வண்டியை நிறுத்தும்போதே அம்மா நின்றிருப்பதை கவனித்தாள். முதுகில் மாட்டியிருந்த ஸ்வகி பேகை கழற்றினாள். தாயை நிமிர்ந்து நேரிட்டுப் பார்க்க மனம் இன்றி சட்டென்று வீட்டினுள் நுழைந்தாள். இதைக் கண்டதும் மகளின் செயல் மனவருத்தத்தை தந்தது இருந்தும் சமாளித்தாள்.

“உன்னோட பேசணும்னுதாண்டி இம்மா நேரமா வந்து வாசல்ல குந்திக்கினு இருந்தேன். நீ என்னவோ வில்லுல இருந்து கௌம்புன அம்புமாதிரி வேகமா ஊட்டுக்குள்ள வந்துட்ட” என்று கேட்டுக்கொண்டே எழுந்து பின்னால் வர, மரிக்கொழுந்து ஸ்வகிபேகை மேசை மீது வைத்து விட்டு பக்கத்திலிருந்த சிறிய அறைக்குள் சென்று கதவை தாழிட்டுக் கொண்டாள் உள்ளிருந்தபடியே சத்தமாக.

“அம்மா நான் ரொம்ப டயர்டா இருக்கேன். அந்த பேக்குல சிக்கன் நூடல்ஸ் இருக்குது, எடுத்து சாப்புடுங்க எதுவா இருந்தாலும் காலையில சாவகாசமா பேசிக்கலாம்” என்றபடியே தான் அணிந்திருந்த சுடிதாரை கழற்றி இரவு அங்கியை மாட்டிக் கொண்டாள். உடனே அறையின் விளக்கை அணைத்துவிட்டு படுத்தாள். கண்களில் கண்ணீர் வந்தது.

மகள் மரிக்கொழுந்துவிடம் எவ்வளவோ பேச வேண்டும்! என்று மிகவும் ஆவலோடு, நிறைய விஷயங்களை மனதினில் அசைபோட்டு வைத்திருந்தாள். ஆனால் ஒரு வார்த்தைக் கூட பேச முடியாமல் போனதை எண்ணி வருந்திக் கண்ணீர் விட்டாள் மாலதி.

வீட்டிற்கு வெளியே சட்டென்று வந்த கோடை மழை கொட்டிக்கொண்டிருந்தது.

மரிக்கொழுந்து வீட்டிற்கு மூத்தப்பெண். இரண்டு தங்கைகள் ஒருத்தி +2 படிக்கிறாள். இளையவள் பத்தாம் வகுப்பு படிக்கிறாள். அப்பா இலாடமுத்து தனியார் கம்பெனி ஒன்றில் வேலைப் பார்த்த வரைக்கும் வீட்டில் பிரச்சனைகள் ஏதுமின்றி நன்றாகத்தான் போய்க் கொண்டிருந்தது. படிப்பிலும், விளையாட்டிலும் படு சுட்டியாக இருந்த மரிக்கொழுந்து பாரதிதாசன் மகளிர் கல்லூரியில் பி.காம். வரையில் படித்து முடித்தாள். வீடு இருக்கும் கோபாலன் கடையிலிருந்து நகரத்திற்கு மிதிவண்டியில் தினமும் போய் வருவதை வழக்கமாக கொண்டிருந்தாள். இலாடமுத்து வேலை பார்த்த கம்பெனியில் ஏதோ பிரச்சனை ஏற்பட்டு அதனை சரி செய்யும் வகையில் இவர் பலிகிடாவாக ஆக்கப்பட்டு வேலையை இழந்தார். கூடாத நட்பினால் மதுவுக்கு அடிமையாகி, வேறு எந்த வேலைக்கும் போகாமல் மனைவி, மகள்களிடம் வெறுப்பை சம்பாதித்துக் கொண்டார். எந்த வருமானமுமின்றி குடும்பம் ஒருவேளை

சாப்பாட்டிற்கே கஷ்டப்படும் நிலமை உண்டான போதுதான் மரிக்கொழுந்து தானே முன் வந்து வேலைக்குப் போகிறேன் என்கிற முடிவை தன் அம்மாவிடம் சொன்னாள்.

“சரிம்மா நீ படிச்ச பொண்ணு. ஒனக்கு நான் ஒன்னும் அதிகமா சொல்லத் தேவை இல்ல! எந்த கம்பெனி? என்ன வேல? பாக்கப் போற?” என்று கேட்டாள் மாலதி.

“இப்போல்லாம் துரித உணவு காலமா ஆயிப்போச்சிம்மா. ஆடர் சொன்னா போதும் அவங்க இருக்கற எடத்துக்கே சாப்பாடு தேடி வந்துடும்! அதுக்குன்னுதான் ஸ்வகி, சுமாட்டோ, யூபர் என தனியார் நிறுவனங்கள் திறந்திருக்காங்க. நம்மகிட்ட டூவீலர், ஆண்டராய்டு போன் மட்டும் இருந்தா போதும். யாரு வேணும்னாலும் வேலை பாக்கலாம். எவ்வளவு ஆடர் டெலிவரிப் பண்றம்மோ அதுக்கு ஏற்றபடி கமிஷன் கொடுப்பாங்கம்மா. நான் அந்த வேலையில போய் சேர்ந்துடலாம்னு முடிவு பண்ணிட்டேன். ஆனா அதுக்கு நீ தான் எனக்கு ஒதவிப் பண்ணியாகணும்!”

“என்னடி சொல்ற? நீ வேலைக்கு போறதுக்கு நான் என்னடி ஒதவிப் பண்ணணும்?”

“சொல்றேனேன்னு தப்பா நெனைச்சிக்காதம்மா எங்கிட்ட இப்போ வண்டியும் இல்ல! செல்போனும் இல்ல! அத காசுப்போட்டு வாங்குற சூழ்நிலையில நம்ம குடும்பமும் இல்ல. தங்கச்சிங்க படிச்சிகிட்டு இருக்காளுங்க. அவளுங்களுக்கு... நல்ல சாப்பாடு, துணிமணி இதெல்லாம் அப்பா வேலைய விட்ட பின்னாடி எடுத்துக் குடுக்க முடியாமத்தானேம்மா கிடக்கிறோம். அதனால...!” என்று சொல்லத் தயங்கி நின்றாள் மரிக்கொழுந்து.

“குடும்ப சூழ்நெலைய நல்லாத்தான் புரிஞ்சிக்கினு பேசற அப்பறம் என்னடி தயக்கம்? எதுவா இருந்தாலும் பட்டுன்னு கேளுடி” என்றாள் மாலதி.

“நகைநட்டு எதுவும் நீங்க சேத்து வக்கெலன்னு எனக்கு நல்லாத் தெரியும்மா! உங்க கழுத்துல இருக்குற தாலிய கழட்டி குடுத்தீங்கன்னா. அத்த அடமானமா வச்சி செகேன்ஸ்ல ஒரு டூவிலரும், ஒரு போனும் வாங்கிட்டன்னா போதும், எப்படியாச்சும் கஷ்டப்பட்டு ஒழச்சி அஞ்சாறு மாசத்துல மூட்டு குடுத்துடுவேன்மா. என்ன நம்புங்கம்மா!” என்றாள்.

இதைக் கேட்டதும் அப்படியே அதிர்ந்து போனாள் மாலதி, மகள் தன் கழுத்தில் தொங்கும் தாலியை கேட்பாள் என்று கொஞ்சம்கூட நினைத்துப் பார்க்கவில்லை. தாலியோட புனிதம் இவளுக்கு எப்படித் தெரியும்! சின்னப் புள்ளதானே! பணம் வேணும்கிறதுக்காக இப்படி அவசரப்பட்டு கேட்டு விட்டாளே! இவளுக்கு என்ன சொல்லி புரிய வப்பேன் என்று குழம்பிப் போய் பதில் கூற முடியாமல் ஒருகணம் தவித்துப் போய் மரிக்கொழுந்தை மேலும் கீழும் முறைத்துப் பார்த்தபடியே செய்வதறியாமல் நின்றிருந்தாள்.

“என்னம்மா அப்படியே தெகச்சிப்போய் நிக்கற? உன் கழுத்துல தொங்கற தாலிய கேட்டுட்டேனேன்னு ரெம்ப அதிர்ச்சியா இருக்காம்மா? புருஷன் உயிரோட இருக்கும்போதே தாலிய எப்படி கழட்டி குடுக்கிறதுன்னு பயமா இருக்குதாம்மா? அதெல்லாம் ஒன்னும் பயப்படாதேம்மா! காலம் ரொம்பவே மாறிப்போச்சி. தாலிக்கொடிய புருஷனே அறுத்து எடுத்துக்கினு போயி வித்துக் குடிக்கிற காலம் இது. உன்னோட புருஷன் இன்னும் அதசெய்யல. அதநெனச்சி சந்தோஷப்பட்டுக்க. எத்தனையோ வீடுங்கள்ள குடும்பம் நல்லா இருந்தா போதும்னு பொம்பளைங்க எதை எதையோ வித்து ஜீவனம் நடத்திக்கினு தானே இருக்கறாங்க. நான் ஓம் பொண்ணும்மா! என்னை நம்பு. நீ பயப்படும்படியா ஏதும் நடக்காது. நீ குடுக்கப்போற பொருள எவ்வளவு சிக்கிரம் முடியுமோ அவ்வளவு சீக்கிரத்துல மீட்டு கொண்டுவந்து குடுத்திடறேம்மா நம்ப குடும்பம் நல்லா இருக்கணும்ங்கறதுக்காகத்தானே இந்த வேலைக்கு போறேன்னு ஒங்ககிட்ட உதவி கேக்கறேன். நல்லா யோசனப் பண்ணிட்டு ஒரு நல்ல முடிவுக்கு வாம்மா! இப்போ நம்ம குடும்பம் எந்த சூழ்நெலையில இருக்குதுன்னும், அடுத்து என்னப் பண்ணப் போறோம்ங்கிறதையும் மனசுல வச்சி சரிபாத்தீங்கன்னா புரியும்! எனக்கு பொருள நாளைக்கு குடுத்தீங்கன்னா போதும்.”

என்று சொல்லிவிட்டு, வாசலில் இருந்த மிதிவண்டியை எடுத்துக்கொண்டு உசுட்டேரியை நோக்கி மிதித்தாள். மரிக்கொழுந்து, மேற்கில் அந்தி பொழுது சாய்ந்த பின் நேரத்தில்தான் வீட்டிற்கு திரும்பிவந்தாள்.

தங்கைகள் இருவரும் படித்துக்கொண்டும், நோட்ஸ் எழுதிக் கொண்டும் இருந்தார்கள். மகள் வீட்டிற்குள் நுழைந்ததை கண்ட

மாலதி தேநீரை சூடுபடுத்தி ஒரு சில்வர் தம்ளரில் கொண்டுவந்து கொடுத்தாள். மரிக்கொழுந்து எதுவும் பேசாமல் வாங்கி குடித்தாள். குடித்துக்கொண்டிருக்கும் போதே முந்தானையில் முடிந்து வைத்திருந்த தனது தாலியை சரடுடன் எடுத்து,

"இந்தாம்மா மரிக்கொழுந்து நீ கேட்டது" என்று சொல்லி நீட்டினாள்.

குடித்துக்கொண்டிருந்த தேநீர் தம்ளரை பக்கத்தில் இருந்த மேசை மீது வைத்துவிட்டு தன் இரு கரங்களையும் நீட்டி வாங்கும் போதே தாயின் கழுத்தினை பார்த்தாள். சரடுதொங்கியக் கழுத்தில் புதிய மஞ்சள் கயிறு இருந்தது.

பேச ஏதும் வார்த்தைகள் இன்றி பாசமிகுதியால், "அம்மா" என்று சொல்லி அப்படியே இறுகக் கட்டிப் பிடித்துக்கொண்டாள். கண்களில் இருந்து ஆனந்தக்கண்ணீர் மாலதியின் முதுகில் வழிந்தது. தங்கைகள் இருவரும் என்ன நடக்கிறது என்பது புரியாமல் பார்த்து திகைத்துப்போனார்கள்.

வேலைக்கு சேர்ந்த நாள் முதலாய் கடுமையாக உழைக்க தொடங்கினாள். கிடைக்கின்ற தொகையினை முழுமையாக கொண்டு வந்து தன் அம்மாவிடமே கொடுத்தாள். வண்டிக்கு பெட்ரோல் போடக்கூட பணம் வேண்டுமென்றாலும் கேட்டு வாங்கிக்கொள்வாள். வீட்டில் சாப்பாட்டிற்கு இருந்த கஷ்டம் நீங்கியது. சிறிது சிறிதாக பணத்தை சேமித்து அம்மாவினுடைய தாலி சரடினை மீட்டுக் கொண்டு வந்து கொடுத்தபோது மாலதியின் முகத்தில் அப்படி ஒரு சந்தோஷத்தை பார்த்து திருப்தியடைந்தாள் மரிக்கொழுந்து.

தினமும் வேலைக்குச் சென்று இரவு வீட்டிற்கு திரும்பி வரும்போது தனக்கு கிடைக்கும் துரித உணவுப் பாக்கெட்டுகளை மேசை மீது வைத்துவிட்டு தன் சிறிய அறைக்குள் சென்று கதவை தாழிட்டு கொள்வதை வழக்கமாக்கி இருந்தாள். தாய் தங்கைகள் எவருடனும் பேசுவதே கிடையாது. வேலைக்குக் கிளம்பும் முன் காலையிலோ அல்லது விடுப்பில் வீட்டில் இருந்தாலோ மட்டும்தான் பேசினாள். இந்தப் போக்கால் வீட்டிலிருந்த அனைவருக்கும் என்னவென்று கேட்க முடியாத மனவருத்தமும், சந்தேகமும் இருந்து வந்தது.

அன்று ஞாயிற்றுக்கிழமை. காலையில் எழுந்து வீட்டை சுத்தம் செய்துவிட்டு தேநீர் தயாரித்தாள் மாலதி. இரவு பணிக்கு சென்று திரும்பி வீடு வந்து சேர்ந்தார் இலாடமுத்து. மனைவி கொடுத்த தேநீரைக் குடித்தார்.

“மரிக்கொழுந்து இன்னும் எந்திரிக்கலையா” என்றதற்கு ஆமாம் என்று தலையை மட்டும் ஆட்டி பதில் கூறினாள். இவர்கள் வேறு எதைப்பற்றியோ பேசிக்கொண்டிருக்கும் போதே தன் அறைக் கதவை திறந்து வெளியே கூடத்திற்குள் வந்தாள். கலைந்து போய் இருந்த தலைமுடியை அள்ளி கொண்டை போட்டபடியே பிளாஸ்டிக் சேரில் வந்து உட்கார்ந்தாள். மகளைக் கண்டதும் மாலதி சமையலறைக்குள் சென்று ஒரு சில்வர் தம்ளரில் சூடான தேநீரை கொண்டுவந்து கொடுத்தாள். அதை வாங்கி மெல்ல ஊதி உரிஞ்சிக் குடித்தாள். இலாடமுத்து பேச்சை ஆரம்பித்தார்.

“மரிக்கொழுந்து உங்கிட்ட ஒரு விஷயத்தை சொல்லணும் தப்பா எடுத்துக்க மாட்டியே?” என்று கேட்டபடியே மகளின் பக்கத்தில் இருந்த சிறிய சுவர் கட்டையின் மீது அமர்ந்தார்.

“சொல்லுங்கப்பா என்ன விஷயம்?” என்று கேட்டபடி தேநீர் குடித்த தம்ளரை தரையில் வைத்தாள்.

“சொல்லவே சங்கடமாத்தாம்மா இருக்குது. இருந்தாலும் வேற வழியில்ல! சொல்லித்தான் ஆகணும்!

“எங்கிட்ட எதுக்குப்பா தயக்கம்? எதுவா இருந்தாலும் தைரியமா சொல்லுங்கப்பா?

கூடத்தில் சுவற்றில் சாய்ந்தபடி தந்தையும், மகளும் பேசிக் கொள்வதை பார்த்துக்கொண்டே இருந்தாள் மாலதி.

“இன்னையிலிருந்து நீ அந்த வேலைக்குப் போறத விட்டுட்டு வீட்டிலேயே அம்மாவோட தொணையா இரும்மா?”

இதைகேட்டதும் மரிக்கொழுந்து அதிர்ந்து போனாள். பார்த்துக்கொண்டிருந்த மாலதிக்கு தன் கணவர் ஏன் இப்படி சொல்கிறார் என்பது புரியாமல் இருவரையும் மாறிமாறிப் பார்த்தாள். பிளாஸ்டிக் சேரிலிருந்து எழுந்த தன் அப்பாவைப் பார்த்துக் கேட்டாள். “ஏம்பா? எதுக்காக அந்த வேலைக்கு போக வேணாம்னு சொல்றீங்க? நான் என்ன தப்பு பண்ணன்?”

"நீ எந்த தப்பும் பண்ணலம்மா! நான் புத்திக் கெட்டத் தனமா வேலை வெட்டிக்குப் போவாம, குடும்பத்த சரியா கவனிக்காம விட்டுட்டேன். நீ வேலைக்கு போய் குடும்ப பாரத்தை சுமக்கும் படியா தப்பு பண்ணிட்டேம்மா" என்று சொல்லி விட்டு தலைகுனிந்து நின்றார்.

"இதெல்லாம் எல்லா குடும்பங்கள்லயும் நடக்கறதுதானேப்பா! எவ்வளவோ குடும்பத்துல கஷடத்துக்கா அப்பா, அம்மா, பொண்ணு, புள்ளைங்க எல்லோருமா சேந்து வேலைக்கு போய் சம்பாதிக்கிறது பழக்கமாயிப் போச்சி இல்லப்பா! நம்ம வீட்டுல ரெண்டு பேரா சம்பாதிக்கறது நல்லதுதானேப்பா?"

"ஆமாம்மா நல்லதுதான், ஆனா ராத்திரி ஒம்பது மணிக்கு நீயும், நானும் ஒரே கடையில் போயி நிக்குறோமே அதத்தாம்மா என்னால ஜீரணிக்கவே முடியல! அன்னக்கி கூட இருந்த நண்பன் கேட்ட கேள்விக்கே நான் நாக்க புடிங்கிக்கினு செத்திருக்கணும்!" என்று சொல்லிவிட்டு இலாடமுத்து கண்கலங்கினார். இதைக் கேட்ட மரிக்கொழுந்தும் மாலதியும் அதிர்ச்சியில் அப்படியே உறைந்துபோய் நின்றார்கள்.

மார்ச் - 2020

லோ கோட்டேஷன் லோகநாதன்

காட்டேரிக்குப்பம் புதுச்சேரி நகரத்திலிருந்து இருபது கி.மீ. தூரத்தில் மேற்கே இயற்கை வளங்களோடு அமைந்திருக்கும் அழகான கிராமம். சாலை ஓரங்களில் நிழல் தரும் பெரிய பெரிய புளியமரங்கள் வரிசையாக நிற்பதை காண்பதே கண்ணுக்கு குளிர்ச்சியாக இருக்கும். விடியற்காலை பொழுதுகளில் பல்வேறு வகையான பறவைகளின் குரலோசை, விழித்துக்கொண்டோர் செவிகளுக்கு தேனிசை போன்று ஒலித்துக்கொண்டிருக்கும். கிராமத்தின் உயர்நிலைப் பள்ளிக்கூடத்தின் எதிரே இருந்த கிழக்குத் தெருவில் கடைசி வீட்டின் நடுவே பெரிய முற்றம் வைத்து கட்டி நாட்டு ஓடுகள் அடுக்கி கோடைக்காலத்தில் வெப்பம் தெரியாமல் இருக்கும்படி வடிவமைக்கப்பட்ட வீடுதான் ஒப்பந்தக்காரர் (காண்ட்ரக்டர்) லோகநாதனின் அப்பா காலத்தில் கட்டிய வீடு. மனைவி மக்களோடு இங்குதான் வாழ்ந்து வருகிறார். அறுபது வயதை நிறைவு செய்திருந்தார். சராசரி உயரத்திற்கும் சற்று குள்ளம். கரிக்கட்டை நிறம். மீசைமுடியும், தலைமுடியும் வெள்ளிக் கம்பிகள் போல பளிச்சென்று இருக்கும். வயிறு பானை போல வீங்கி இருக்கும். வீட்டில் இருக்கும் நேரத்தில் மட்டும் லுங்கி கட்டுவார். வீட்டை விட்டு வெளியே கிளம்பிவிட்டால் வெள்ளை வேட்டி, வெள்ளை சட்டைதான். தனது அப்பா பயன்படுத்தி வந்த என்பில்ட் மோட்டார் பைக்கையே இன்று வரையில் இவரும் பயன்படுத்தி வருகிறார். வீட்டு வாசலிலும் பக்கத்தில் இருந்த தென்னந்தோப்பிலும் இரண்டு டிப்பர் லாரிகள்

நின்றுகொண்டிருக்கும். வேலை நடக்கும்போது கல், மண் அடிக்க கிளம்பிச் சென்றுவிடும்.

லோகநாதன் மிகப் பெரிய குடும்பி. இவருக்கு இரண்டு மனைவிகள். முதல் மனைவி அப்பா அம்மா பார்த்து திருமணம் செய்து வைத்த தாய் மாமன் மகள் கோமளா. இவர்களுக்கு பிறந்தது இரண்டு ஆண் இரண்டு பெண்பிள்ளைகள் இவர்கள் அனைவரும் காட்டேரிக்குப்பம் வீட்டில் இருந்தார்கள். இரண்டாவது மனைவி வடிவாம்பாள் வில்லியனூர் அருகே கூடப்பாக்கத்தை சேர்ந்தவள் இருவது ஆண்டுகளுக்கு முன்பு ஒரு சாலை வேலை பார்க்கும் போது, கூலி ஆட்களின் பொருட்களை இரவு வைத்து விட்டு போக உதவி செய்தாள். கணவன் சாலை விபத்தொன்றில் இறந்தபோது மூன்று வயதில் ஒரு பையன் கையிலும், வயிற்றில் நான்கு மாத குழந்தையையும் சுமந்து கொண்டு சாப்பாட்டிற்கே மிகவும் கஷ்டப்பட்டுக் கொண்டிருந்தாள்.

இதை கவனித்த லோகநாதனுக்கு வடிவாம்பாள் மீது இரக்கம் வந்து நிறைய உதவிகள் செய்தார். அந்த ஊரில் உள்ள சிலரின் அவதூறான பேச்சைக் கேட்டு வெகுண்டெழுந்து, “இனிமேல் ஒரு நாயும் அனாவசியமாக எங்களை பத்தி பேசக் கூடாது. இன்னையிலே இருந்து இவள் என் பொண்டாட்டி” என்று சொல்லிவிட்டு அவளை அந்த ஊர் கோயில் வாசலிலேயே நிற்கவைத்து மஞ்சள் கயிறு கட்டி உரிமையாக்கிக் கொண்டார். அத்தோடு விடாமல் ஒரு வாரத்திலேயே அங்கிருந்த வீட்டை காலி செய்துவிட்டு வழுதாவூரில் ஒரு வீடு பார்த்து குடி அமர்த்தினார். எந்த குறையுமின்றி கவனித்து வந்தார். பேறுகாலம் வந்ததும் வடிவாம்பாள் அழகான பெண்குழந்தை ஒன்றை பெற்றெடுத்தாள். இதையறிந்த கோமளாவின் உறவினர்கள். சிலர் குடும்பத்தில் குழப்பத்தை விளைவிக்க வரும் போதே கோமளா அவர்களை “இங்க பாருங்க எம் புருஷன் எப்படி வேணும்னாலும் இருந்துவிட்டு போகட்டும், எனக்கும் என்னோட புள்ளைங்களுக்கும் எந்தவிதமான கொறையும் இல்லாம நல்லாத்தான் பாத்துகினு இருக்காரு. அதவிட எங்களுக்கு என்னா வேணும்? நீங்கள்லாம் போயி ஓங்க வேலைய பாருங்க! இந்த மாதிரி வெட்டி கதைய பேசிக்கினு இங்கே வராதீங்க” என்று மூஞ்சில் அடித்தாற்போல சொல்லி அனுப்பிவிட்டாள்.

இரண்டு குடும்பத்தையும் எந்த குறையுமின்றி இரு கண்களைப்போல பாதுகாத்து வந்தார். புதுச்சேரிக்கு வேலையாக வந்து வீடு திரும்பும் போதெல்லாம் குடும்பத்திற்கு தேவையான பொருட்களையும், தின்பண்டங்களையும் இரண்டு வீட்டிற்கும் தேவையான அளவு வாங்கி வந்து போட்டு விடுவார். முதல் மனைவியின்ன் பிள்கைகள் வளர்ந்து பெரியவர்களானது இரண்டு பெண் பிள்ளைகளையும் நல்ல சீர்வரிசை கொடுத்து கட்டிக் கொடுத்தார். பெரியவன் +2 படித்து விட்டு மேல் படிப்பு போகாமல் அப்பாவின் வேலைகளுக்கு துணையாக இருந்துவிட இளையவன் பத்தாம் வகுப்புக்கு மேல் கல்வி கற்பதில் நாட்டம் இன்றி ஓட்டுநர் பயிற்சிபெற்று, அவ்வப்போது வீட்டில் இருந்த லாரிகளை எடுத்து ஓட்டி நன்கு பழகி இருந்தான். வெளி யிலிருந்து லாரி ஓட்டுனர்கள் வராத சமயங்களில் தன் இளைய மகனை அந்த வேலைக்கு பயன்படுத்திக் கொண்டு வந்தார். இரண்டாவது மனைவியின் பிள்ளையும், பொண்ணும் நன்றாக படித்துக்கொண்டிருந்தார்கள், பையன் சிவில் இன்ஜினியரிங் படித்தான், மகள் பி.சி.ஏ., முடித்துவிட்டு எம்.சி.ஏ., படிக்க தொடங்கி இருந்தாள். மகன் இன்ஜினிரிங் படிக்கிறான் என்கிற சந்தோஷத்தில் அவனுக்கொரு புதிய மோட்டார் பைக் வாங்கி கொடுத்திருந்தார்.

உடம்பில் சர்க்கரை நோய் இருப்பது நன்கு தெரிந்தும், சாப்பாட்டு விஷயத்தில் எந்த விதமான கட்டுப்பாடும் இன்றி சாப்பிடுவதையே வழக்கமாக கொண்டிருந்தார். தினமும் காலை சிற்றுண்டியாக இட்லி, பூரி, ஆப்பம், தோசை, பொங்கல், இடியாப்பம், குழிப்பணியாரம் என்று விருப்பப்பட்டதை செய்து கொடுக்கச் சொல்லி சாப்பிடுவார். மதிய உணவில் வாரத்திற்கு இரண்டுநாள் ஆடும் கோழியும் இருக்கும்.

ஊருக்குள் மீன் வியாபாரிகள் வந்தால் ஐநூறு, ஆயிரம் ரூபாய்க்குதான் வாங்குவார். உசுட்டேரியில் மீன் பிடிக்கும் செய்தி கேட்டால் வண்டியை எடுத்துக்கொண்டு உடனே கிளம்பி போய் வாங்கி வந்திடுவார். ஏரி மீன் குழம்பும், வறவலும் இவருக்கு மிகவும் பிடிக்கும். அதேபோல் பெரிய பெரிய இறால்களை பார்த்தாலும் வாங்கி வந்திடுவார். வேலை காரணமாக வெளியே சென்றால் நிறைய நொறுக்குத் தீனி வாங்கி வரச் சொல்லி தின்றுகொண்டிருப்பார். பழகிய நண்பர்கள் நிறையபேர் “வயசாச்சே வாயக் கட்ட வேண்டியதுதானே!

கண்ட மேனிக்கு வாங்கித்தின்னா கால கெளப்பிக்கினு போய்ச் சேர வேண்டியதுதான் அப்பறம்” என்று அறிவுரைக் கூறினால்...

“செத்தவன் பூலு செமந்தவன் தலமேல! ஒனக்கு எங்கடா நோவுது? இப்போதான் பொணத்த கொண்டும் போக வண்டி வந்திடுச்சாமே சிரமம் இல்லாம!” என்பார். இருந்தும், மதியத்திலும், இரவிலும் சில மாத்திரைகளை சாப்பிட்டுக் கொண்டுதான் வந்தார்.

உள்ளூரிலும், உறவுக்காரர்கள் மத்தியிலும்தான் இவர் லோகநாதன், மற்றபடி ஒப்பந்தக்காரர்கள், உழவர்கரை கொம்யூன் பஞ்சாயத்து, பொதுப்பணித்துறை வில்லியனூர் கொம்யூன் பஞ்சாயத்து, அலுவலகங்களிலும் பொறியாளர்களும் இவரை லோலோ என்கிற பட்டப் பெயரை வைத்துத்தான் அழைப்பார்கள். அதற்கு காரணம் சாலை போடுதல், வாய்க்கால் கட்டுதல், தடுப்புச் சுவர் எழுப்புதல் இப்படி எந்த மாதிரி ஒப்பந்தமாக இருந்தாலும் மிகக்குறைந்த மதிப்பீட்டில் மனு போட்டு எடுத்து விடுவார். பொறியாளர்களும், சக ஒப்பந்தக்காரர்களும் முதலில் இவரை லோ கொட்டேஷன் லோகநாதன் என்றுதான் அடையாளப்படுத்தினார்கள். பிறகு அதையே சுருக்கி லோலோ என்றே அழைக்கத் தொடங்கிவிட்டார்கள். ஆனால் எவரும் அவரை நேரில் அழைப்பது கிடையாது. தங்களுக்குள் சொல்லிக்கொள்வார்கள் நேரில் கண்டுவிட்டால் ‘வணக்கம் ஐயா, வாங்க ஐயா’ என்றுதான் அழைப்பார்கள். தன்னை பலரும் இப்படி அழைக்கிறார்கள் என்பதை தெரிந்தும் அது பற்றி எந்தக் கவலையும் கொள்வதில்லை. ஆனால் செய்து முடித்த வேலைக்கு சரியான நேரத்தில் பில்போட்டு செட்டில்மென்ட் கொடுக்கவில்லை என்றால் அந்த அலுவலகத்தின் வாசலில் வந்து நின்று சங்கை சங்கையாக கேள்வி கேட்பார். ஒருமுறை உழவர்கரை கொம்யூன் பஞ்சாயத்தில் இப்படி நடந்தபோது.

“அதிகாரின்னா பெரிய மயிராடா அவனுங்க. என்னமோ ஆகாயத்துல இருந்து நேரா வந்து இந்த வேலையில சேர்ந்துட்டானுங்களா? தேவடியாப்பசங்க, சைட்டுல வேல நடக்கும்போதே செக்கிங் வரோம்னு சொல்லிட்டு கவர்மெண்டு வண்டியில வந்து பாக்கெட்ட ரொப்பிக்கினு போறவனுங்க தாண்டா? கமிஷன் இல்லாம எந்த வேலையடா இவனுங்க

செய்ய விட்டுருக்கானுங்க? வேல பாக்கற எடத்துல வந்து ஜல்லி பத்தல, சிமெண்ட கூட போடு, மணல நல்லா சலிச்சி போடுன்னு வேலவாங்க தெரியுது இல்ல? அதே மாதிரி வேலைய முடிச்சி குடுத்ததும் பில்ல போட்டு அனுப்ப வேண்டியது தானே இந்த பரதேசி நாயிங்களோட வேல! இதுக்கு நானு இந்த கம்மனாட்டி பசங்களுக்கு ஏதாவது குடுத்து அழுவணும்! ஓத்தா என்ன கேவலமான ஜென்மங்கடா இவனுங்க. பணம்... பணம்னு பேயி மாதிரி அலையறானுங்க! இந்த ஏயி, ஜேயி, இஇ எல்லா பயலுங்களும் கெவருமெண்டுல இருக்கற சம்பளத்தவிட இந்த மாதிரி கிம்பளமா கெடைக்கிறது தான் அதிகமா இருக்குது. "இப்படி லோலோ சத்தம் போட்டுக் கொண்டிருக்கும் போதே ஆணையரிடமிருந்து ஏவலரோ, செயற் பொறியாளரிடமிருந்து சைட் மேஸ்திரியோ வந்து "அதிகாரி உங்களை கூட்டி வரச் சொன்னார்" என்று சொல்லி அலுவலகத்தின் உள் அழைத்துப் போவார்கள். பத்து நிமிடம் அதிகாரியுடன் பேசி இருந்து அறைக்கு வெளியே வந்ததும். ஏவலரை அழைத்து தன் மேல் சட்டை பையிலிருந்து ஐநூறு ரூபாய் நோட்டு ஒன்றை எடுத்து கொடுத்து அலுவலகத்தில் பணிபுரியும் அனைத்து ஊழியர்களும் காபி, போண்டா, பஜ்ஜி வாங்கி கொடுக்கும்படி சொல்வார். அடுத்த இரண்டு நாட்களில் இவரது பில் தயார் செய்து கொடுத்து விடுவார்கள். இப்படி அங்காங்கே அவ்வப்போது நடந்தேறும்.

லோலோவிடம் உள்ளே ஒரே கெட்டப் பழக்கம் சைட்டில் வேலை பார்க்கும்போது பணம் பற்றாக்குறை ஏற்பட்டால் தெரிந்த சக ஒப்பந்தக்காரர்களிடம் கேட்டு வாங்கிக் கொண்டுபோய் வேலையை செய்துமுடிப்பார். ஆனால் வாங்கிய கடனை அவ்வளவு எளிதில் சொல்லியத் தவணைக்குள் திரும்பக் கொடுத்து அடைக்கமாட்டார். இதனால் இவரைக் கண்டாலே நின்று பேசக்கூட சக ஒப்பந்தக்காரர்கள் அஞ்சினார்கள். இவர்களுக்கெல்லாம் அப்பாற்பட்டு மிகவும் நெருக்கமா இருக்கக் கூடிய ஒரே ஒருவர்தான் தாண்டவம். வயதில் இளையவர் என்றாலும் நேர்மையான முறையில் தொழில் செய்து வருபவர். லோலோவுக்கு எப்போதாவது தேவைக்கு பணம் கொடுத்து உதவுவார். அதேபோல் சொன்ன தேதிக்கு பணத்தை சரியாக கொடுத்துவிடுவார் லோலோ. தன் மனதில் இருந்த சந்தேகத்தை லோலோவிடம் நேரடியாகவே கேட்டுவிட்டார் தாண்டவம்.

“உங்ககிட்ட ஒரு சந்தேகத்த பத்தி கேக்கணும். எதுவும் தப்பா நெனச்சிக்க கூடாது என்ன?”

“அட கேளு தம்பி! இதுல என்ன இருக்கு?”

உங்களுக்கு பண உதவி செஞ்சா சீக்கிறத்துல திரும்ப கெடைக்காது. பலபேரை ஏமாத்திட்டிங்க அப்படி இப்படின்னு கூட இருக்கற ஒப்பந்தக்காரங்கயெல்லாம் பேசிக்கறாங்களே உண்மையா?”

“உண்மதான் தம்பி வாழ்க்கையில் யாராவது ஒருத்தவங்க கிட்ட நேர்மையா ஒளிவு மறைவு இல்லாம நடந்துக்கணும்னு எங்கப்பா எங்கிட்ட அடிக்கடி சொல்வாரு தம்பி. உன்னோட பழகினதுல உன்னோட நேர்மையும், தொழில் தர்மமும், எனக்கு ரொம்ப புடிச்சிப்போச்சிப்பா. அதனாலதான் உன்கிட்ட மட்டும் எப்பவும் சரியா நடந்துக்கணும்னு இன்னைக்கி வரைக்கும் கடபுடிச்சிக்கினு வர்ரேன் நீ எதையும் மனசுல வச்சிக்காத தாண்டவம்” என்றார்.

தன் மூத்த மகனுக்கு தூரத்து சொந்தத்தில் பண்ருட்டியில் நன்கு படித்த ஏழ்மையான வீட்டு பெண்ணை வரதட்சணை என்று எதுவும் வாங்காமல் சிறப்பாக திருமணம் செய்து வைத்தார். காட்டேரிக்குப்பத்து ஊர் மக்கள் எல்லோரும் லோகநாதனின் பெருந்தன்மையை வாயாரப் புகழ்ந்து தள்ளினார்கள். ஓர் ஆண்டு கடந்த நிலையில் கருவடிக்குப்பம் சைட்டில் வேலை எடுத்து செய்துகொண்டிருந்தார். ஒன்றரை ஜல்லி கொட்டி ரோலர் மிதித்து அதன் மீது செம்மண் கொட்டிக்கொண்டிருந்தார்கள்.

அப்போதுதான் அந்த அதிர்ச்சியான தகவல் அவருக்கு கிடைத்தது. இரண்டாவது மனைவியின் மகன் பொறியியல் கல்லூரியிலிருந்து வீட்டிற்கு திரும்பிவரும் வழியில் வழுதாவூர் சாலையில் மேட்டுப்பாளையம் தொழிற்பேட்டை சாலை பிரியுமிடத்தில் சரக்கு ஏற்றி வந்த லாரி ஒன்று மோதி அந்த இடத்திலேயே பரிதாபமாக இறந்து போனான் என்று, அதைக் கேட்டதும் அதிர்ச்சியில் கதிகலங்கிப் போனார். வழுதாவூரிலிருந்து அம்மாவுக்கும் தங்கைக்கும் செய்தி போயிற்று ஓவென்று கதறியழத் தொடங்கிவிட்டார்கள்.

எல்லாம் முடிந்து குடும்பமே இரண்டு மூன்று மாதங்களாக சோகத்தில் மூழ்கிக் கிடந்தது. தாண்டவம் ஒருநாள் லோலோவை நேரில் சந்தித்து ஆறுதல் சொல்ல காட்டேரிக்குப்பம் வீட்டிற்கு சென்றிருந்தார். கிட்டதட்ட ஒருமணி நேரம் பேசி இருந்துவிட்டு கிளம்பும் போதுதான் அந்த யோசனையை கூறினார்.

"உங்களுக்கும் வயசாகிட்டே போவுது. உடல் நிலை எப்படி ஒத்துழைக்கும்னு தெரியல... அதனால! இருக்கறத யார் யாருக்கு எப்படி பிரிச்சிகுடுக்கணுமோ அப்படி பிரிச்சி ஓர் உயில் தயார் பண்ணிட்டீங்கன்னா ஓங்களுக்குப் பின்னாடி எந்த சண்ட சச்சரவும் இருக்காதுங்கறது என்னோட தாழ்மையான கருத்து. நானு கௌம்பட்டுங்களா" என்று சொல்லிவிட்டு தனது ஸ்கூட்டரை கிளப்பிக்கொண்டு போனார்.

அதிலிருந்து பல நாட்கள் இரவு படுக்கபோகும் போதெல்லாம் இதே சிந்தனை தொடர்ந்து வந்துகொண்டிருந்தது. இறுதியாக உயில் எழுதி விடுவதுதான் நல்லது என்கிற முடிவுக்கு வந்தார். புதுச்சேரியில் ஒரு சிறந்த வழக்கறிஞரை தேர்வு செய்து தனது சொத்துகள் முழுவதையும் முதல் மனைவி, மகன்கள், மகள்கள், இரண்டாவது மனைவி, மகள் என எல்லோருக்கும் சமமாக பிரித்து எழுதி உயிலை தயார் செய்தார். இந்த செய்தி எப்படியோ கசிந்து வீட்டிற்குள் பரவியது. பெரிய மகனை தவிர மற்றவர்கள் அனைவரும் அதை ஒரு பொருட்டாகவே நினைக்கவில்லை. பெரியவன் மட்டும் தனது அப்பாவிடம் இது பற்றி விவாதித்தே அகவேண்டும் என முடிவெடுத்தான். அன்று இரவு லோகநாதன் வெளி வேலைகளை எல்லாம் முடித்துக்கொண்டு வீடுதிரும்பினார். குளித்து முடித்து சாப்பிடும் வரையில் அமைதியாக இருந்தவன் சாப்பிட்டு கை கழுவிவிட்டு எழுந்து வந்து ஈசிசேரில் உட்கார்ந்ததும் தன் பஞ்சாயத்தை அவரிடம் தொடங்கினான்.

"ஏம்பா நான் ஒன்னு கேள்விப்பட்டேனே அது உண்மையா?"

"என்னப்பா தம்பி கேள்விப்பட்ட?"

"உயில் எழுதி வச்சிட்டிங்களாமே!"

"ஆமா. அதுக்கென்ன இப்போ?"

"என்னன்னு உயில்ல எழுதி வச்சிருக்கீங்கப்பா?"

“எனக்கு பின்னாடி என்னோட சொத்துகள் பூராவும் பொண்டாட்டிங்களுக்கும் புள்ளைங்களுக்கும் சரிசமமா போய் சேரணும்னு எழுதி இருக்கேன்.”

“அது எப்படிப்பா நீங்க அப்படி எழுதலாம்? எங்க அம்மாதான் நீங்க மொறையா தாலி கட்டி கல்யாணம் பண்ணி அழைச்சி வந்தவுங்க! அந்தம்மாவ நீங்களாதானே சேத்துக்கிட்டீங்க அப்பறம் எப்படி?”

“டேய், இதெல்லாம் ஒனக்கு தேவை இல்லாத விஷயம். அனாவசியமா பேசி என்ன கடுப்பேத்தாத சொல்லிட்டேன்” என்றார் சற்று கோபமாக.

“உள்ளத சொன்னா ஒங்களுக்கு ஏம்பா கோபம் வருது? அந்தப் புள்ளைங்ககூட எதுவும் உங்களுக்கு பொறக்கலங்கறது கூட எனக்கு நல்லாத் தெரியும்பா. ஆன ஒங்க சொத்துல சரிபாதி பங்க அவங்க பேர்லயும் உயில் எழுதி வச்சிருக்கீங்க இது என்னப்பா நியாயம்?”

“நியாயம் அநியாயத்த பத்தி எனக்கு சொல்ற அளவுக்கு நீ பெரிய மனுஷனாயிட்டியாட மயிரான். அந்தப் புள்ளைங்க எனக்குத்தான் பொறந்ததுங்க. வேணும்னா பொறந்த பதிவ எடுத்துப்பாரு! இந்த வீட்டத் தவிர மத்த எல்லா சொத்தும் நான் ஒழைச்சி சுயமா சம்பாதித்தது. என் இஷ்டத்துக்கு யார் பேர்ல வேணாலும் நான் எழுதிக் குடுக்கலாம். எவனும் என்னுடையதை வந்து ஆட்ட முடியாது தெரிஞ்சுக்கோ! தேவை இல்லாம பிரச்சனை பண்ணிக்கினு இருந்தியன்ன என் சொத்துல சல்லி பைசாகூட ஒனக்கு குடுக்கமாட்டேன். பொண்டாட்டிய கூட்டிக்கினு போயி நீ ரோட்டுலதான் நிக்கணும். தொலைச்சுபுடுவேன் படுவா! போடா என் கண்ணு முன்னாலேயே வராத!” என்று வேகமாக மகனை திட்டிவிட்டு, ஈசி சேரிலிருந்து எழுந்து தெருவில் இறங்கி நடந்தார். தூரத்தில் தெருநாய் ஒன்று கத்திக்கொண்டே வந்து இவரை கண்டு குரைப்பதை நிறுத்திவிட்டு வாலாட்டியது.

இரண்டு ஆண்டுகள் கடந்து போயின. வீட்டில் எந்த பிரச்சனையும் இன்றி சுமுகமாக போய்கொண்டிருந்தது. நீண்ட நாட்களுக்குப் பின் மருமகள் கருத்தரித்தாள். வீட்டில் உள்ள எல்லாரும் மகிழ்ந்து போனார்கள். செய்தி அறிந்த பெண்ணோட அப்பா, அம்மா, அண்ணன் ஆகிய மூவரும் தங்கள் தோட்டத்தில்

பழுத்த ஐந்து பெரிய பலாப்பழங்களை எடுத்துக்கொண்டு வந்து சம்பந்தி வீட்டில் இறக்கி வைத்துவிட்டு மகளைப் பார்த்துவிட்டு மதியம் கை நனைத்து விட்டுச் சென்றார்கள்.

சரியான உணவு கட்டுப்பாடு இன்றி லோலோவின் உடம்பில் சர்க்கரையின் அளவு கூடிப்போய் இருந்தது. வாய் கட்ட முடியாத அவர் வழியில் யாரோ வளர்ப்பு இறால் கொடுத்தார்கள் என்று வாங்கி வந்து வறுவல் செய்து கொடுக்கச் சொல்லி நன்றாக சாப்பிட்டார். ஒருமணி நேரத்தில் கழிசல் புடுங்கி அடிக்க ஆரம்பித்தது. மூன்று நான்குமுறை போனதுமே உடல் தளர்ந்து போனது. ஈசிசேரில் சோர்ந்து படுத்துவிட்டார் மயக்கமாக. மாலை ஐந்து மணியைப்போல கண் விழித்தவர் சாப்பிட பலாசுலை வேண்டும் என்று கேட்டார். மனைவி வேண்டாம் என்று சொல்லியும் கேட்காமல் சிறு பிள்ளையை போல் அடம் பிடித்து ஒரு தட்டு நிறைய பலாசுலைகளை சாப்பிட.... சாப்பிட... மயக்கம் அதிகமாகி ஈசி சேரிலிருந்து அப்படியே சாய்ந்து கீழே விழுந்தார். செய்தி கேட்டதும் மகன்கள் இருவரும் ஓடி வந்து அப்பாவை காரில் ஏற்றிக்கொண்டுபோய் ஜிப்மர் மருத்துமனையில் அவசரச் சிகிச்சையில் சேர்த்தார்கள். சிகிச்சை பலனின்றி அதிகாலை மூன்று மணிக்கெல்லாம் லோலோவின் உயிர் பிரிந்து போனது.

ஏப்ரல் - 2020

வணக்கம்

என்ன நினைத்துக்கொண்டு இவருடைய அப்பா இப்படி ஒரு பெயரை தன்மகனுக்கு வைத்தார் என்பதை எண்ணிப் பார்க்கும் போதே சற்று வியப்பாகத்தான் இருக்கிறது? பிச்சாண்டி, முனியன், பாவாடை, கருப்பன், காத்தவராயன் போன்ற வழக்கமான பெயர்களையெல்லாம் விட்டுவிட்டு வணக்கம் என்று பெயர் வைத்ததிலிருந்து தனது சமூகத்தில் எப்படி அவமானங்கள் பட்டிருந்தால் தன் மகனை எல்லாரும் வணங்க வேண்டும் என்று கொஞ்சம் சிந்தித்துதான் இந்தப் பெயரை வைத்திருப்பார் என்பது திண்ணமாகத் தெரிகிறது. தனக்கு நினைவு தெரிந்த காலத்திலிருந்தே இன்று வரையில் சுத்துக்கேணி ரெட்டியார் குடும்பத்திற்கு சொந்தமான காடு, கழனி வேலைகளையும், வீட்டில் இருக்கும் காளை, பசுமாடுகளையும், பராமரித்தல், வேலையை இவர் அப்பா செய்து வந்தார். அவர் மறைந்த பிறகு அந்த வேலைகளை வணக்கம்தான் செய்ய வேண்டும் என்கிற கட்டாயத்திற்கு ஆளாக்கப்பட்டிருந்தார். காரணம் இவருடைய அப்பா மகனின் திருமண செலவிற்கு நிறைய பணம் கடன் வாங்கியிருப்பதாக பொய் சொல்லி ஆளை மடக்கி போட்டுவிட்டார் ரெட்டியார்.

ரெட்டியார் மறைவுக்குபின் அவர் மகன் வணக்கத்திடம் உண்மையை சொல்லி "உங்களுக்கு விருப்பம் இருந்தால் நம்ம வீட்டிலேயே வேலை பாக்கலாம் அப்படி

இல்லன்னா எப்போ வேணும்னாலும் நீங்க வேற வேல தேடி போவலாம். எங்களுக்கு எந்த ஆட்சேபணையும் கெடையாது!" என்றார் இனிமே எங்க வேற வேலைய தேடி போறது? 50 வயசு ஆயிப்போச்சி இங்கேயே இருந்திறேன்" என்று கூறிவிட்டார்.

இளமைப் பருவத்தில் அதிகமாக வேட்டி சட்டைதான் உடுத்துவார். திருமணம் ஆன புதிதில் மனைவியை அழைத்துக் கொண்டு புதுச்சேரி கடற்கரை, சினிமா என்று ஒருமுறை அழைத்து வந்து காட்டினார். இன்னொருமுறை சென்னை அழைத்துக் கொண்டு போய் LIC பதினான்கு மாடி கட்டடத்தையும், மெரினா பீச்சையும், உயிரியல் பூங்காவையும் சுற்றிக் காட்டிவிட்டு அழைத்து வந்தார். அடுத்த பத்தாண்டு கால இல்வாழ்க்கையில் ஒரு பெண் பிள்ளையை பெற்றுக் கொடுத்து விட்டு உடல்நலக்குறைவால் திடீரென்று இறந்து போனாள் மனைவி. அதன் பிறகு மகளை வளர்க்க மிகவும் கஷ்டப்பட்டார். பத்தாம் வகுப்புவரை படிக்கவைத்து உள்ளூரிலேயே சொந்தக்கார பையன் ஒருவனை தேடிப் பிடித்து மணமுடித்து வைத்தார். தான் வாழ்ந்து வந்த குடிசை வீட்டினை மகளிடம் கொடுத்துவிட்டு ரெட்டியாரின் மோட்டார் கொட்டகையில் நிலத்துக்கு காவலாக தங்கிவிட்டார்.

இப்போதெல்லாம் வேட்டி சட்டை போடுவது கிடையாது. கால்களில் செருப்பு போடும் பழக்கமே கிடையாது. முட்டிவரை நீண்ட தொள தொள அரைக்கால் சட்டையும், தோளில் ஒரு ஈரிழைத் துண்டும்தான் வணக்கத்தின் அடையாளமானது. அரைக்கால் சட்டை இடுப்பில் இருந்து அவிழ்ந்துவிடாமல் இருக்க. அரைஞாண்கயிற்றை பெல்ட் போல விட்டிருப்பார். அதில் சிறியதும் பெரியதுமான நான்கு, ஐந்து சாவிகளை எப்போதும் முடிந்து வைத்திருப்பார். தலையின் முன்பகுதியில் முடியெல்லாம் கொட்டிப்போய் வழுக்கை படர்ந்திருந்தது. முகத்தில் தாடியும், மீசையும் வளர்ந்து அதிகமாக தெரிந்தால் கழனி மோட்டார் கொட்டகையில் உள்ள உடைந்த கண்ணாடி துண்டை பார்த்து சிறிய கத்தரிக்கோலால் குறைத்துக் கொள்வார். சாப்பாட்டிற்கு மகள் வீட்டிற்கு போகமாட்டார். ரெட்டியார் வீட்டிலிருந்தே இவருக்கு மூன்று வேளையும் கிடைத்துவிடும். மாலை 6 மணி ஆகிவிட்டால் போதும்

செந்தமிழினியன் | 95

சங்கராபரணி ஆற்றங்கரையோரம் இருக்கும் சாராயக்கடை யில்தான் இருப்பார். அந்த நேரத்தில் மட்டும் சுருட்டு பிடிப்பார்.

வணக்கம் சந்தோஷமாக இருக்கிறார் என்றால் பாட்டுப்பாட தொடங்கிவிடுவார். குறிப்பாக கண்டசாலாவின் தமிழ் பாடல்கள் மீது விருப்பம் கொண்டவர். ஏனெனில் இவர் குரலும் அவருடையதைப்போலவே இருக்கிறது என்று சில நண்பர்கள் சொன்னதால்....

"உல்லாச உலகம் எனக்கே சொந்தம் தையடா தையடா தையடா

நீ ஜல்சா தையடா தையடா தையடா."

தெருவில் பாடிக்கொண்டே ரெட்டியார் வீட்டு வாசலில் வந்து நின்றார். எக்காரணம் கொண்டும் இதுவரை வீட்டிற்குள் அடி எடுத்து வைத்தது கிடையாது. மறைந்த ரெட்டியாருக்கு மூன்று பிள்ளைகள் பெரியவன் படித்துவிட்டு சென்னையில் வேலை பார்க்கிறான். இரண்டாவது மகன் திருமணமாகி புதுச்சேரி நகரத்தில் வாழ்கிறான். மூன்றாவது பெண் படித்துவிட்டு இன்னும் திருமணமாகாமல் அம்மாவிற்கு துணையாக வீட்டில் இருந்தாள். வெளியில் நின்றபடியே குரல் கொடுத்தார்.

"ஏம்மா... சின்ன பாப்பா நானு வணக்கம் வந்திருக்கிறேம்மா! வயித்துக்கு ஏதாவது குடுத்தியன்னா போதும்! சாப்பிட்டு போயி கம்முன்னு மொடங்கிக்குவேன்!

"தோ வரேன் தாத்தா கொஞ்சம் இருங்க"

என்று வீட்டிற்குள்ளிருந்து பதில் குரல் வந்தது.

வாசல் படிக்கட்டில் உட்கார்ந்து கொண்டார். தெருநாய் குரைத்துக்கொண்டே ஓடியது.

ஒரு பெரிய தட்டு நிறைய சோறும். மீன்குழம்பு ஊற்றி ஒரு பித்தளை சொம்பு நிறைய தண்ணீரையும் கொண்டு வந்து கொடுக்க அதை வாங்கி அவசர அவசரமாக பிசைந்து சாப்பிட்டார்.

"என்ன தாத்தா அவசரம்? நிதானமா சாப்புடுங்க அதான் எல்லா வேலையையும் முடிச்சிட்டீங்க. ஆத்தங்கரைக்கு போய் சரக்கு அடிச்சிட்டு வந்துட்டீங்க அப்பறம் என்ன? என்று கேட்டாள்.

“அது வேற ஒன்னும் இல்லடா கண்ணு சரக்குப் போட்டன்ல அதான் வெறும் வயிறு எரிச்சல் எடுத்துக்குச்சி! நாலுவாய் சோத்த துன்னன்னா ஒரு மாதிரியா கேக்கும்” என்று சொல்லிவிட்டு மறுபடியும் சாப்பாட்டில் கவனத்தை செலுத்தினார்.

சாப்பிட்டு முடித்துவிட்டு கையையும் தட்டையும் கழுவினார் சொம்பில் மீதம் இருந்த தண்ணீரை துக்கி குடித்து காலி பண்ணினார். தட்டையும் சொம்பையும் திண்ணை கட்டை மீது வைத்தார்.

ரெட்டியாரின் மகள் நூறுரூபாய் நோட்டை எடுத்து நீட்டி, “இந்தா தாத்தா இதை நாளைக்கு சாப்பாட்டு செலவுக்கு வச்சிக்கோங்க. நாளைக்கு நான், அம்மா, அண்ணன் மூணு பேரும் காஞ்சிபுரத்துல அத்திவரதர் தரிசனம் பாக்கபோறோம். திரும்பி வர ராத்திரி ஆயிடும்.”

“எதுக்கும்மா சின்னப்பாப்பா காசெல்லாம். நானு தோது பண்ணிக்க மாட்டேனா?”

“பரவாயில்ல தாத்தா வச்சிக்கோங்க” என்று சொல்லி கையில் திணித்து விட்டாள்.

“சரிடா கண்ணு பாத்து போயிட்டு வாங்க. அத்திவரதரு ஆகாச வரதருன்னு சொல்லி மக்கள ஏமாத்தி பொழைக்கிறதுக்கின்னே ஒரு கூட்டம் ரொம்ப காலமா தமிழ்நாட்டுகுள்ள அலைஞ்சிக் கினு கெடக்குது என்ன பண்றது?

என்று புலம்பிக்கொண்டே தெருவில் இறங்கி மெல்ல ஆடியபடி நடந்தார். தெரு விளக்கு ஒளியின் கீழே பெண்களும், கிழவிகள் கும்பலாக உட்கார்ந்து பேசிக் கதையடித்துக் கொண்டிருந்தார்கள். இதைக் கண்டதும் வணக்கத்திற்கு பாட தோன்றிவிட்டது.

“ஆடிப்பாடி வேலை செஞ்சா அலுப்பிருக்காது. அதில்

ஆணும் பெண்ணும் சேராவிட்டால் அழுகிருக்காது” பாடிக்கொண்டே தெருவை அளந்து கொண்டு போனார்

திருவக்கரை வக்ரகாளி அம்மன் கோயில் திருவிழாவிற்கு நடந்தே போய் வந்தார். பேரனுக்கும், பேத்திக்கும் விளையாட

சாமான்கள் வாங்கிக்கொண்டு, தின்படங்களும் வாங்கிக்கொண்டு மகளையும் ஒரு எட்டு பார்த்துவிட வீட்டிற்குச் சென்றார். தன் அப்பாவை நீண்டநாள் கழித்து பார்த்ததும் மகளுக்கு ஒரு சந்தோஷம்.

"எப்படி எப்பா இருக்கற? நாங்கெல்லாம் உசுரோடு இருக்கிறமா, செத்து போட்டம்மான்னு பாக்கறதுக்கு வந்தியாப்பா? உள்ளூரிலேயேதானே கெடக்கறம்! அப்பப்போ நேரம் கெடைக்கும்போது வந்து பாக்கலாமில்ல? நாங்க என்ன காசிப்பணம் கேட்டா தொந்தரவு பண்றம் ஏதோ வெந்தத தின்னுட்டு ஜீவனம் பண்ணிக்கினு கெடக்கறம். அட வயசான காலத்துல பேரப்புள்ளிவோ மொகத்தப் பார்த்தாவுது சந்தோசப்படுவாங்க ஊருல. ஒனக்கு அதுகூட தோணாம எப்படிப்பா போச்சி? என்னமோ சந்நியாசி மாதிரி சோறுகண்ட எடம் சொர்க்கம்ங்கறா மாதிரி ரெட்டியார் வூடே கதின்னு கெடக்கறயே இது ஒனக்கே நியாயமாப் படுதாப்பா?"

என்று கேட்டுவிட்டு ஓவென வணக்கத்தின் காலைப் படித்துக்கொண்டு அழுதாள். மகளை தேற்றுவதற்குள் மிகவும் சிரமப்பட்டுப் போனார். பிளாஸ்டிக் சேரில் உட்கார்ந்தபடியே வீட்டை நோட்டம்விட்டார். செம்மண் பூசிய சுவர்கள் நாளாபுறமும் பழுதடைந்துபோய் விழுகின்ற நிலையில் இருந்தன, மேல் கூரை முழுவதும் சல்லடைகள் போல் இருந்தன சூரியனின் கதிர்ஒளிகள் வீடு முழுவதும் வட்ட வட்டமாக வெளிச்சத்தை பீச்சி அடித்துக்கொண்டிருந்தன. மகள் மிகவும் கஷ்டப்படுகிறாள் என்பதை மட்டும் உணர்ந்துகொண்டார். மகளின் தலையை தடவிக் கொடுத்தபடியே கேட்டார்.

"பேரப்புள்ளைங்க எங்கம்மா காணோம்.?"

"இன்னைக்கு லீவு நாளுதானேப்பா, பக்கத்து தெருவுல இருக்கற ஆலமரத்தாண்ட ஊரு புள்ளைங்க எல்லாம் சேர்ந்து ஒன்னா வெளையாடிக்கிட்டு இருக்கும். அங்கதான் இருப்பாங்க. தோ போய் கூட்டி வர்றேம்பா" என்று சொல்லி சட்டென்று எழுந்த மகளை தடுத்து நிறுத்தினார்.

"இல்லம்மா வேணாம்! சின்னப்புள்ளைங்க தானே வெளையாடிட்டு வரட்டும் வுடு. ஆமா உன் வீட்டுக்காரன் எங்கம்மா? பாண்டியில்தானே வேல பாக்கறான்? வீட்டுக்கு தேவையானதை ஒழுங்கா வாங்கிப் போடறானா? தண்ணி

பீடி, சிகரட்டன்னு ஏதாவது அதிகமா செலவு பண்றானா?"

"அதெல்லாம் ஒன்னியும் கெடையாதுப்பா. எப்பவாச்சியும் பீடி குடிப்பாரு. இப்போ பாண்டியில வேல பாக்கல! பெங்களூர்ல பெரிய பெரிய கட்டடம் கட்ற எடத்துல போய் வேல பாக்கறாருப்பா. பாஞ்சி நாளுக்கு ஒருநாளு ரெண்டு நாளுன்னு வூட்டுக்கு வருவாரு, வேணுங்கறத வாங்கி போட்டுட்டு போயிடுவாருப்பா. நான்தான் புள்ளிங்கள வச்சிக்கிட்டு, மழப்பேஞ்சா ஒழுவர இந்தக் குடிசைக்குள்ள ஒண்டிகிட்டு பயந்துங் கெடக்கறம்பா எங்களுக்கு ஒதவி பண்ண ஆருப்பா இருக்கா"என்று சொல்லிவிட்டு மீண்டும் கண்ணீர்விட்டு அழுதாள், மகளின் கண்ணீரை தனது துண்டை எடுத்து துடைத்துவிட்டார்.

"அழாதடா கண்ணு அழாத! அப்பா இருக்கறன் இல்லியா ஒனக்கு ஒரு நல்ல வழிய காட்டறேண்டா! அப்பா சாவுறதுக்குள்ள ஒனக்கு செய்ய வேண்டியது கண்டிப்பா செஞ்சிப்புட்டுதான் மண்டைய போடுவன்! நெறைய தப்புப் பண்ணிட்டேன்னு இப்போதான் பிரியிது இந்தப் பாழாப் போனா புத்திக்கு".

என்று சொல்லிவிட்டு ஒருக்கலித்து கால்சட்டை பையில் கையை விட்டு இருந்த காசை அப்படியே எடுத்து மகளிடம் கொடுத்தார்.

"இத செலவுக்கு வச்சிக்கிம்மா நானு ஒரு பத்துநாளு கழிச்சி மறுபடியும் வந்து ஒன்னைய பாக்குறம்மா" என்று சொல்லிவிட்டு எழுந்தார் வணக்கம்.

"என்னப்பா இது ரொம்பநாள் கழிச்சி வீட்டுக்கு வந்திருக்க நீங்க ஒருவாய் சாப்புடாமப் போனா எம் மனசு கேக்காதுப்பா. கொஞ்சம் இருங்க அஞ்சு நிமிசத்துல ஒலைவச்சி சோத்த வடிச்சிடறேன்" என்று சொல்லிவிட்டு எழுந்தவளை தடுத்து நிறுத்தினார்.

"அதெல்லாம் இருக்கட்டும்மா. இன்னொருநாள் வர்ரேனில்லையா அன்னிக்கு சாப்புடுறேன். இப்போ ஒரு வாய் நீச்சித்தண்ணி இருந்தா குடும்மா அது போதும்."

சட்டென்று எழுந்து போய் அலுமினிய குண்டானியிருந்த நீச்சி தண்ணியில் உப்பை போட்டு கரைத்து, சொம்பில் ஊற்றிக்கொண்டு வந்து கொடுத்தாள். வெளியே பலமான காற்று

வீசியதில் வீட்டின் கூரை கீற்று ஒன்று பறந்து வீட்டின் வாசலில் விழுந்தது. அதைக் கண்டதும் வணக்கத்திற்கு மனம் பதறியது. கையில் இருந்த சொம்பு நீச்சித் தண்ணீரை குடித்துவிட்டு, குனிந்து வீட்டை விட்டு வெளியே வந்து தெருவில் இறங்கி நடந்தார்.

அன்று ஞாயிற்று கிழமை. காலையில் ரெட்டியார் வீட்டிற்குவந்து, முதல் வேலையாக பால்கறந்து கொடுத்தார். பின் சாணங்களை வாரி சுத்தம் செய்துவிட்டு, மாடுகளுக்கு வைக்கோல் எடுத்துப் போட்டு விட்டு, கொஞ்சம் சாம்பிராணி புகை போட்டு தொழுவத்தின் நாற்றத்தை விரட்டினார். எல்லாம் முடிந்து குழாயில் தண்ணீரை திறந்து கை, கால், முகம் கழுவிக் கொண்டு தோளில் கிடந்த துண்டை எடுத்து துடைத்துக்கொண்டே வீட்டின் பக்க வாட்டமாக வந்து முன் வாசல் வராந்தாவில் அக்கடாவென்று சப்பனம் போட்டு உட்கார்ந்தார். மனதின் வேதனையில் பாடத் தொடங்கிவிட்டார்.

"உலகே மாயம் வாழ்வே மாயம்

நிலையேது நலம் காணும் சுகமே மாயம்.

காணும் சுகமே மாயம்

உறவும் ஊராரும் உற்றார் பெற்றாரும்

ஓடிடுவர் கூடவரார் நாம் செல்லும் நேரம்..."

வணக்கத்தின் கரகரப்பான குரலைக் கேட்டதும் வீட்டிற்குள் இருந்து ஒரு குண்டானின் பழைய சோறும், அதில் தோல் சீவிய சின்ன வெங்காயம் நான்கும், இரண்டு பச்சை மிளகாயையும் போட்டு எடுத்துக்கொண்டு வந்து கொடுத்துவிட்டு, "என்ன தாத்தா இன்னக்கி பாட்டு ரொம்ப சோகமா இருக்குதே...! மனசு ஏதும் சரியில்லையா?" என்று திண்ணையின் மீது இருந்த மரத்தூணில் சாய்ந்து நின்றபடி கேட்டாள் ரெட்டியாரின் சின்னமகள்.

"ஆமா சின்னப் பாப்பா ஒரு வாரமா உள்ளுக்குள்ளாரவே போட்டு வெந்துநொந்து போய் இருக்கறண்டா தாத்தா. ஊட்டுல அம்மாவும், அண்ணனும் இருக்கறாங்களாடா தங்கம்."

“இருக்கறாங்க தாத்தா.”

“ரொம்ப நல்லதுடா கண்ணு, நான் இந்த சோத்தத் துன்னுட்டு இங்கேயே குந்திக்கினு இருக்கறேன். உள்ள வேலை எல்லாம் முடிஞ்சதும் கொஞ்சம் நானு அவங்களோட பேசணும்னு சொல்றியாடாம்மா... ஒனக்கு புண்ணியமா போவும்” என்று சொல்லி முடிக்கும் முன்பே...

“அம்மா... அண்ணா...” என்று குரல் கொடுத்துக்கொண்டே வீட்டிற்குள் சென்றாள். வணக்கத்திற்கு நல்ல பசி. குண்டானிலிருந்த பழையசோறு வெங்காயத்தையும் சாப்பிட்டுவிட்டு கை கழுவிவிட்டு துண்டை எடுத்து கையையும், வாயையும் துடைத்துக்கொண்டிருக்கும் போதே ரெட்டியார் வீட்டம்மா வந்து வாசல் திண்ணை மீது உட்கார்ந்தபடி...

“என்ன வணக்கம் எப்படி இருக்கற? என்னையும் எம்புள்ளையையும் பாக்கணும்னு சொன்னியாமே பொண்ணு வந்து சொன்னா.”

பேசிக்கொண்டிருக்கும் போதே ரெட்டியாரின் மகனும் வந்து அம்மாவிற்கு எதிர் திண்ணையில் உட்கார்ந்தான்.

இருவரையும் நேரில் கண்டதும் சட்டென்று எழுந்து நின்றார் வணக்கம். இருகரத்தையும் கூப்பி வணக்கம் சொன்னார். அதைக் கண்டதும் ரெட்டியாரின் மகன்...

“ஐயோ... வணக்கம் வயசுல பெரியவரு நீங்க.... மரியாதை யெல்லாம் மனசுலயே இருக்கட்டும். சொல்ல வந்த விஷயத்தை மொதல்ல சொல்லுங்க” என்றான்.

“ஆளு வளந்தனே தவுர அறிவு வளரவே இல்லப்பா! இத்தனக் கா்லமும் முட்டாளாவே இருந்துகினு இருக்கறேன்னா பாரேன்.”

“இதை சொல்லத்தான் எங்க ரெண்டு பேரையும் கூப்பிட்டியா வணக்கம்?” என்றாள் ரெட்டியார் மனைவி.

“இல்லம்மா... அது இல்ல! போன வாரம் ரொம்ப நாள் கழிச்சி பொண்ணையும் பேரப்புள்ளிங்களையும் பாக்கப் போனேன். அங்கப் போனப் பின்னாடிதான் பொண்ணு எவ்ளோ கஷ்டத்துல கீரான்னு தெரிஞ்சிக்க முடிஞ்சிது. நானு இருந்தப்போ கட்டி வச்ச செம்மண்ணு செவுரும் கீத்து கொட்டாயும் ரொம்ப மோசமா பாழடைஞ்சி போய் கெடக்குது. மருமவன்

சம்பாதிக்கிறது தனக்கும் புள்ளிங்களுக்கும் வவுத்தக் கழுவவே சரியா போவுதுப்பான்னு சொல்லி அழுவுறா! காத்து மழ பெஞ்சா ஒதுங்கக்கூட எடமில்லாம இருக்கறதப் பாக்கறப்போ என் நெஞ்சே வெடிச்சிடும் போல ஆயிடுச்சி. உள்ளூரிலேயே இருந்துகினு கட்டிக்குடுத்த மவ எப்படி வாழுறான்னு போயிப் பாக்க முடியாத பாவியா இருந்துட்டேன்னு இப்போ மனசு கெடந்து உறுத்துது. மருமவனும் பொழப்புக்காக பெங்களூருக்கு போயிட்டானாம். ரெண்டு புள்ளிங்கள வச்சிகிட்டு படாதபாடு படறா மவ. வர்ர மழக்காலத்துக்கு வீடு சுத்தமா தாங்காது. செவுரும், கீத்து கொட்டாயும் உழுந்தாலும் உழுந்துடும். அதான் யோசிச்சி ஒரு முடிவுக்கு வந்தன். வேற வழி எனக்கு எதுவும் இல்ல! அதான் உங்ககிட்ட ஒதவி கேக்கலாமேன்னு வந்து நிக்கறேன்."

என்று சொல்லிவிட்டு தலை குனிந்தபடி நின்றிருந்தார் வணக்கம். உடனே ரெட்டியாரின் மனைவி மூக்கு கண்ணாடியை சரிசெய்தபடி....

"நீ சொல்றத கேட்டா பாவமாத்தான் இருக்கு. சரிசரி தோப்புல வேணுங்கற தென்னம் மட்டைய வெட்டிக்கோ செலவுக்கு தேவையன்னா ஐயாயிரமோ, பத்தாயிரமோ வாங்கிக்க... சரிதான..." என்றாள் செல்வச் செருக்குடன். ரெட்டியாரின் மகன் நிதானமாக வணக்கத்தை பார்த்து கேட்டான்.

"அம்மா சொன்னது இருக்கட்டும். ஒங்களுக்கு மனசுல என்ன இருக்குது? என்ன வேணும்ங்கறத வெளிப்படையா கேளுங்க. அப்பதான் எங்களுக்கும் புரியும்."

"தம்பி நீங்க படிச்சவுங்க. ஒங்களுக்கு தெரியாதது இல்ல. அந்தக் குடிச வீடு இனி வாழறதுக்கு லாயக்கிப்பட்டு வராது. அதனால நாலு பக்கமும் செவுருவச்சி சிமெண்டு வாங்கி பூசிவிட்டுட்டு, மேல வரைக்கு ரயில் ஓடோ, சிமெண்டு ஓடோ வாங்கி போட்டுட்டம்னா அவங்க கொறகாலத்த ஓட்டிக்கும் எனக்கும் நிம்மதியா பூடும். அதுக்காக நெறைய பேருகிட்ட விசாரிச்சேன் ஒருலட்சம் ருவாக்குமேல ஆவும்னு சொல்றாங்க. எனக்கு ஒங்கள விட்டா ஆரு இருக்கா? கொடுத்து ஒதவி பண்ணீங்கன்னா இந்த ஜென்மத்த செருப்பா ஒழச்சி உங்க கடன கொஞ்சம் கொஞ்சமா அடைச்சிப்புடுவேன் சாமி." என்று சொல்லிவிட்டு சற்றும் எதிர்பாராதபடி ரெட்டியாரின்

மகன் கால்களிலும், ரெட்டியாரின் மனைவி கால்களிலும் விழுந்து அழுதார்.

ஒருவழியாக வணக்கத்தை தேற்றி ஒரு வாரத்தில் பதில் சொல்றதாகக் கூறி அனுப்பி வைத்தார்கள். அடுத்த ஒரு வாரமாக ரெட்டியார் குடும்பத்தில் பணம் கொடுப்பது பற்றி விவாதம் ஓடியது. ரெட்டியார் மனைவி அவ்வளவு பணம் கொடுக்க வேண்டாம் என்றாள். மகள் இரக்க குணம் கொண்டவள் என்பதால் கேட்பதை கொடுக்கலாம் என்றாள். ரெட்டியாரின் மகன் தன் அப்பா காலத்தில் வணக்கத்திற்கு இழைக்கப்பட்ட அநீதிகளை எல்லாம் ஒருமுறை அசைபோட்டுப் பார்த்துவிட்டு இறுதியாக ஒரு முடிவுக்கு வந்தான்.

வணக்கம் களத்து மேட்டில் மோட்டார் கொட்டகை நிழலில் கயிற்று கட்டிலின் மீது சோகமாய் உட்கார்ந்திருந்தார். ரெட்டியாரின் மகன் கையில் ஒரு சிறிய திருமணத் தாம்பூலப் பையுடன் அவரை நெருங்கி வந்தான். ரெட்டியாரின் மகனைக் கண்ட உடன் வணக்கம் எழுந்து கொண்டார். அருகில் வந்து உடன் தன் கையிலிருந்த துணிப்பையை வணக்கத்தின் கைகளில் திணித்தபடி...

"நீங்க கேட்டதுக்கு ஏதோ எங்களால முடிஞ்ச உதவி, போயி ஆகவேண்டிய வேலைங்கள ஜாம் ஜாம்னு பாருங்க."

என்று சொல்லிவிட்டு மின்னல் வேகத்தில் சென்று மறைந்தான் ரெட்டியாரின் மகன். வணக்கத்திற்கு ஒன்றும் புரியவில்லை. குழப்பத்துடனேயே துணிப்பைக்குள் கையை நுழைத்தார். ரூபாய் நோட்டு கட்டு ஒன்று தட்டுப்பட அதை வெளியில் எடுத்தார். முகத்தில் பிரகாசமாய் பளிச்சிட்டது அந்தப் புதிய இரண்டாயிரம் ரூபாய் நோட்டுகள்!

ஏப்ரல் - 2020

நூலாசிரியர் குறிப்பு:

இயற்பெயர் :	சக்திவேல்
புனை பெயர்:	செந்தமிழினியன்
பெற்றோர் பெயர்:	அனுசுயா – முனிசாமி
பிறப்பு:	11, டிசம்பர்–1959
பிறந்த இடம்:	பக்கிரிப்பாளையம், புதுச்சேரி
கல்வி தகுதி :	இளங்கலை இலக்கியம், (B. Lit)
வேலை :	பணிஓய்வு. புதுவை அரசு சுற்றுலாத்துறை (1990 + 2019)
குடும்பம் :	முதல் மனைவி தமிழ்லிலா (மணமுறிவு) இரண்டாவது மனைவி ஜெயந்தி
உடன்பிறப்புகள்:	தங்கை திலகவதி, தம்பி தயாளன்
பிள்ளைகள் :	1. அருண்பிரசாத், 2. அவினாஷ்குமார், 3. அரவிந்தராஜ்
மருமகள்கள் :	1. தேவிகா, 2 குப்பம்மா
பேரன் :	மித்ரன்

வெளிவந்துள்ள படைப்புகள் :

1. பரிதி புன்னகை – துளிப்பா –1994.
2. தூறல் விண்ணப்பம் – துளிப்பா –2004.
3. கி.பி.2400 ஒரு ஞாயிற்றுக்கிழமை – சுற்றுச்சூழல் கவிதைத் தொகுப்பு –2006.
4. அருவக் கோட்டோவியம் – துளிப்பா – கட்டுரைத் தொகுப்பு –2008.
5. கிளிநின்ற சாலை – புதினம்–2004.
6. தொத்தா – சிறுகதைகள் குறுநாவல் –2018.
7. யாழிசை படமனை – புதினம் –2018.
8. புதுச்சேரி புதின ஆசிரியர்கள் –2019.

விருதுகள்:	1. புதுவைத் தமிழ்ச் சங்க விருது
	2. சௌமா அறக்கட்டளை விருது, மணப்பாறை
முகவரி:	52, இரண்டாம் குறுக்குத் தெரு, காந்திநகர், புதுச்சேரி 605 009
செல்லிடப்பேசி:	+91 9894943494
மின்னஞ்சல் :	senthamilinian@gmail.com